# കേരളത്തിന്റെ ജൈവ വൈവിദ്ധ്യം

**keralathinte jaiva vaividhyam**

•

*paulson tham*

•

*first edition*
april 2019

•

*typesetting*
dbh overbridge tvpm

•

*published*
chintha publishers, thiruvananthapuram

•

*cover*
*amar*



---

***വിതരണം***

**ദേശാഭിമാനി ബുക്ക് ഹൗസ്**

H O തിരുവനന്തപുരം-695 035
Phone: 0471-2303026, 6063026
www.chinthapublishers.com
chinthapublishers@gmail.com

***ബ്രാഞ്ചുകൾ***

ഹെഡ്ഡാഫീസ് ബ്രാഞ്ച് കുന്നുകുഴി• സ്റ്റാച്യു തിരുവനന്തപുരം • കെ എസ് ആർ ടി സി ബസ് സ്റ്റേഷൻ ആലപ്പുഴ • കെ എസ് ആർ ടി സി ബസ് സ്റ്റേഷൻ എറണാകുളം • മച്ചിങ്ങൽ ലെയ്ൻ തൃശ്ശൂർ •ഐ ജി റോഡ് കോഴിക്കോട് • മാവൂർ റോഡ് കോഴിക്കോട് • എൻ ജി ഒ യൂണിയൻ ബിൽഡിങ് കണ്ണൂർ • സെൻട്രൽ ബസ് ടെർമിനൽ കോംപ്ലക്സ് താവക്കര കണ്ണൂർ.

---

CO - 2696 / 4686
ISBN - 978-93-87842-47-2

# കേരളത്തിന്റെ ജൈവ വൈവിദ്ധ്യം

പോൾസൺ താം

ചിന്ത പബ്ലിഷേഴ്സ്
തിരുവനന്തപുരം-695 035

# പോൾസൺ താം

*കേരള വിപണി* ദ്വൈവാരികയുടെ പത്രാധിപരായിരുന്നു. 2004 ൽ നാഷണൽ ഇന്നോവേഷൻ ഫൗണ്ടേഷന്റെ സൃഷ്ടി സമ്മാൻ പുരസ്കാരം നേടി. 2010 ൽ കെ ദാമോദരൻ പരിസ്ഥിതി അവാർഡ് *പ്രകൃതിയുടെ നിത്യഹരിത വിപ്ലവം* എന്ന പുസ്തകത്തിന് ലഭിച്ചു. 2013 ൽ സംസ്ഥാന സർക്കാരിന്റെ കൃഷിമികവിനുള്ള പ്രത്യേക അവാർഡ് ലഭിച്ചു.

ആകാശവാണി കൊച്ചി, തൃശൂർ, കണ്ണൂർ നിലയങ്ങളിൽ റേഡിയോ പ്രഭാഷണങ്ങൾ നടത്തിയിരുന്നു. വിവിധ ആനുകാലികങ്ങളിലായി ധാരാളം ലേഖനങ്ങൾ എഴുതിയിട്ടുണ്ട്. *കൃഷി, പരിസ്ഥിതി, വിജ്ഞാനം* എന്നീ ഇനങ്ങളിലായി 20 ലധികം പുസ്തകങ്ങൾ പ്രധാന പുസ്തക പ്രസാധകർ വഴി പ്രസിദ്ധീകരിച്ചു.

ഭാര്യ : എമിലി,
മക്കൾ : ബിനി, ജിനി
വിലാസം : താനിക്കൽ വീട്,
മരത്തംകോട് പി ഒ
തൃശൂർ – 04
ഫോൺ : 9495355436

# ഉള്ളടക്കം

# പ്രസാധകക്കുറിപ്പ്

**കേ**രളത്തിന്റെ ജൈവവൈവിദ്ധ്യം ആരെയും അമ്പരപ്പിക്കുന്നതാണ്. പാരിസ്ഥിതികമായ പ്രശ്നങ്ങൾ നമ്മുടെ ജൈവവൈവിദ്ധ്യത്തെ നശിപ്പിക്കുന്നതായി മുറവിളി ഉയരുന്നുണ്ട്. കേരളത്തിന്റെ ജൈവവൈവിദ്ധ്യത്തെപ്പറ്റി സവിശേഷമായി പ്രതിപാദിക്കുന്ന പുസ്തകമാണിത്. കേരളത്തിലെ നാട്ടിലും കാട്ടിലും സമൃദ്ധമായി നിലനില്ക്കുന്ന സസ്യങ്ങളുടെയും ജന്തുക്കളുടെയും സൂക്ഷ്മജീവികളുടെയും ഏകദേശചിത്രം ഈ പുസ്തകം മുന്നോട്ടു വയ്ക്കുന്നു. ജൈവവൈവിദ്ധ്യത്തെ സംരക്ഷിക്കേണ്ടതെങ്ങനെയെന്നും സാമാന്യേന ഈ പുസ്തകം വ്യക്തമാക്കുന്നുണ്ട്. വർദ്ധിച്ചുവരുന്ന പാരിസ്ഥിതികാവബോധത്തിന് ഈ പുസ്തകം മുതൽക്കൂട്ടായിരിക്കും.

**ചിന്ത പബ്ലിഷേഴ്സ്**

# ആമുഖം

**കേ**രളത്തിലെ പശ്ചിമഘട്ട മലനിരകളിലെ സസ്യങ്ങളിൽ അധികവും ഔഷധ മൂല്യമുള്ളവയാണ് (ഉദാ: ആരോഗ്യ പ്പച്ച). ഇവയിൽനിന്നും ഉണ്ടാക്കാവുന്ന മരുന്ന് ലോകത്ത് മറ്റാർക്കും ഉണ്ടാക്കുവാനാകില്ല. ഇവിടെ കണ്ടുവരുന്ന ചില ജീവികൾ ലോകത്ത് മറ്റെവിടെയും ഇല്ല. നമ്മുടെ സിംഹ വാലൻ കുരങ്ങ്, കരിങ്കുരങ്ങ്, വരയാട് എന്നിവയെല്ലാം ഇപ്ര കാരത്തിൽപ്പെട്ടവയാണ്. ചിലയിനം സസ്യങ്ങൾ നല്ലനില യിൽ നട്ടുവളർത്താൻ പറ്റിയ അന്തരീക്ഷമാണ് കേരളത്തി ന്റേത്. മികച്ച ഗുണവും മണവും രുചിയും ഇത്തരം സസ്യങ്ങൾക്കുണ്ട്. നമ്മുടെ സുഗന്ധവിളകൾ ഇതിനുദാ ഹരണമാണ്. ഇതുപോലെ തന്നെ വിവിധയിനം ധാന്യവിള കളുടെ ഒരു കലവറ തന്നെയായിരുന്നു കേരളം.

എ ഡി 844–48 കാലഘട്ടത്തിൽ ഇബ്നുഖുദർദാദ് ബെ എന്ന അറബി സഞ്ചാരി എഴുതിയ *രാജ്യങ്ങളും മാർഗ്ഗങ്ങളും* എന്ന ഗ്രന്ഥത്തിൽ കേരളം ഭക്ഷ്യ സ്വയംപര്യാപ്തത നേടിയിരു ന്നുവെന്ന് രേഖപ്പെടുത്തിയിട്ടുണ്ട്.

നമ്മുടെ എല്ലാ ധാന്യവിളകളുടെയും വന്യഇനങ്ങൾ പശ്ചിമ ഘട്ട മലനിരകളിലുണ്ട്. ലോകത്തിന്റെ തന്നെ ജീൻ ബാങ്കായി പശ്ചിമഘട്ട മലനിരകൾ മാറിയിരിക്കുന്നു. മല നിരകളിലെ അളവറ്റ ജൈവവൈവിദ്ധ്യമാണ് ഇതിനു പിന്നിൽ. *കേരളത്തിന്റെ ജൈവവൈവിദ്ധ്യം* എന്ന ഈ പുസ്തകം വിരൽ ചൂണ്ടുന്നതും വിലമതിക്കാനാവാത്ത കേരളത്തിന്റെ ജൈവവൈവിദ്ധ്യത്തിന്റെ മഹത്വത്തിലേക്കാ ണ്. സ്കൂൾ വിദ്യാർത്ഥികൾക്കും പ്രകൃതി സ്നേഹി കൾക്കും ഇത് നല്ലൊരു വഴികാട്ടിയാണ്.

**പോൾസൺ താം**

# 1

# കേരളത്തിന്റെ ജൈവ ചൈതന്യം

സുലഭമായി ജലം നല്കിയിരുന്ന നിരവധി നദികളും, കാലം തെറ്റാതെ വന്നെത്തിക്കൊണ്ടിരുന്ന മൺസൂൺ മഴയും, വിത്തിട്ടാൽ നൂറു മേനി വിളയുന്ന വളക്കൂറുള്ള മണ്ണും, വൈവിദ്ധ്യമാർന്ന സസ്യങ്ങളും ജീവിവർഗ്ഗങ്ങളും പ്രാചീന കേരളത്തെ ലോകപ്രശസ്തമാക്കിയിരുന്നു.

മരണമടഞ്ഞവരുടെ ശവശരീരം മമ്മികളായി സഹസ്രാബ്ദങ്ങളോളം കേടുകൂടാതെ സൂക്ഷിക്കാനുള്ള ഔഷധക്കൂട്ടുകൾ കേരളത്തിൽ നിന്നാണ് ഈജിപ്തിലെത്തിയിരുന്നത്. ഈജിപ്തിലെ സുന്ദരിമാർ തങ്ങളുടെ ശരീരത്തിൽ പുരട്ടാൻ കേരളത്തിൽനിന്നുള്ള സുഗന്ധദ്രവ്യങ്ങൾ ഉപയോഗിച്ചിരുന്നതായും പറയപ്പെടുന്നുണ്ട്. ബൈബിളിൽ പരാമർശിച്ചിട്ടുള്ള കറുവാപ്പട്ട, ഏലം എന്നിവ കേരളത്തിൽനിന്ന് സിന്ധുതീരം വഴി വിദേശത്ത് എത്തിയതായിരിക്കാമെന്നും ചില ചരിത്രരേഖകളിൽ സൂചനകളുണ്ട്.

ബി സി 2000 ൽ അസീറിയക്കാരും ബാബിലോണിയക്കാരും കേരളത്തിൽ വന്ന് ഏലം, പട്ട തുടങ്ങിയവ വാങ്ങിക്കൊണ്ടുപോയിരുന്നു. ബി സി 1000 ൽ ഇസ്രായേലിലെ സോളമൻ ചക്രവർത്തിക്കുവേണ്ടി ആനക്കൊമ്പ്, കുരങ്ങ്, മയിൽ എന്നിവ കേരളത്തിൽനിന്നും കപ്പലിൽ കൊണ്ടുപോയിരുന്നു. സ്വർണ്ണം, വെള്ളി, തേക്ക്, അകിൽ, കരിന്താളി, കുരുമുളക്, സുഗന്ധതൈലങ്ങൾ, ധൂമക്കൂട്ടുകൾ ഇവയും പ്രാചീന കേരളത്തിൽനിന്നും കപ്പൽ മാർഗ്ഗം വിദേശത്തേക്കെത്തിയിരുന്നു. പ്രാചീന കേരളത്തിന്റെ ജൈവവൈവിദ്ധ്യ മാഹാത്മ്യം ലോകം തിരിച്ചറിഞ്ഞിരുന്നുവെന്ന ചരിത്രസത്യത്തിലേക്കാണിത് വിരൽ ചൂണ്ടുന്നത്.

## ജൈവവൈവിദ്ധ്യം

ഒരു പ്രദേശത്തെ വ്യത്യസ്ത ജീവജാലങ്ങളുടെ(സസ്യങ്ങൾ, ജന്തുക്കൾ, പറവകൾ, സൂക്ഷ്മ ജീവികൾ) ഇനങ്ങളിലെ സമൃദ്ധിയാണ് ജൈവ വൈവിദ്ധ്യം എന്നറിയപ്പെടുന്നത്. ബ്രസീലിലെ റിയോ ഡി ജനീറോയിൽ 1992 ൽ നടത്തിയ ഭൗമ ഉച്ചകോടിക്കുശേഷമാണ് ജൈവവൈവിദ്ധ്യം ലോക രാഷ്ട്രങ്ങളുടെ ശ്രദ്ധയിൽപ്പെടുന്നത്.

ജൈവവൈവിദ്ധ്യം പ്രദേശത്തിന്റെ മണ്ണിന്റെ ഘടന, ഫലഭൂയിഷ്ഠത, ജല ലഭ്യത, കാലാവസ്ഥാ സവിശേഷത എന്നിങ്ങനെ ഒട്ടേറെ ഘടകങ്ങളെ ആശ്രയിച്ചു നില്ക്കുന്നതിനാൽ അതൊരിക്കലും കൃത്രിമമായി നിർമ്മിച്ചെടുക്കാനാകില്ല. ഇക്കാരണത്താലാണ് ജൈവ വൈവിദ്ധ്യം ഒരു പ്രദേശത്തിന്റെ ഏറ്റവും വിലയേറിയ പ്രകൃതി വിഭവമായി/ചൈതന്യമായി മാറുന്നത്.

ഒരു പ്രദേശത്തിന്റെ പാരമ്പര്യ കാർഷിക വിളകളുടെ മിക്കവാറും തന്നെ വന്യ ഇനങ്ങൾ ഈ ജൈവ വൈവിദ്ധ്യത്തിലുണ്ടാകും. ഇക്കാരണത്താൽ തന്നെ ആ പ്രദേശത്തിന്റെ ജീൻ സംഭരണിയാണ് ജൈവ വൈവിദ്ധ്യം എന്ന് പറയാം. മനുഷ്യന്റെ നിലനില്പുതന്നെ ജൈവ വൈവിദ്ധ്യത്തെ ആശ്രയിച്ചാണ്. ഭക്ഷണം, മരുന്ന്, ഇന്ധനം, പാർപ്പിടം, എല്ലാം ജൈവ വൈവിദ്ധ്യത്തിന്റെ സംഭാവനയാണ്.

ഉഷ്ണമേഖല പ്രദേശങ്ങളിലാണ് ജൈവ വൈവിദ്ധ്യം കൂടുതലുള്ളത്. ലോകത്തിലെ പതിനെട്ട് രാജ്യങ്ങളെയാണ് ജൈവ വൈവിദ്ധ്യത്താൽ സമ്പന്നമായ മെഗാ ഡൈവേഴ്സിറ്റി (ബൃഹദ് വൈവിദ്ധ്യം) രാജ്യങ്ങൾ ആയി കണക്കാക്കുന്നത്. ഇതിൽ മുൻനിരയിൽ തന്നെ ഇന്ത്യയുണ്ട്. ഇന്ത്യയോടൊപ്പം ബ്രസീൽ, മെക്സിക്കോ, കൊളംബിയ മുതലായ തെക്കെ അമേരിക്കൻ രാജ്യങ്ങൾ ഇന്തോനേഷ്യ, ചൈന മുതലായ ഏഷ്യൻ രാജ്യങ്ങൾ ടാൻസാനിയ, ഉഗാണ്ട മുതലായ ആഫ്രിക്കൻ രാജ്യങ്ങൾ ഇവയും ഉണ്ട്.

മെഗാ ഡൈവേഴ്സിറ്റി(ബൃഹദ് വൈവിദ്ധ്യം) രാജ്യങ്ങളിൽ ഏറ്റവും കൂടുതൽ ജൈവ വൈവിദ്ധ്യം കാണപ്പെടുന്ന ചില പ്രദേശങ്ങളെ തിരിച്ചറിഞ്ഞ് അവയ്ക്ക് "ജൈവ സാന്ദ്രതാ പ്രദേശങ്ങൾ" എന്നു പേരിടാം.

## ജൈവ സാന്ദ്രതാ പ്രദേശങ്ങൾ

ജൈവ വൈവിദ്ധ്യത്തിൽ ഏറെ മുന്നിൽ നില്ക്കുന്ന പ്രദേശങ്ങളുടെ പ്രത്യേകതയാണ് തനതു ജീവജാലങ്ങൾ. ലോകത്തിൽ ഒരു പ്രദേശത്തു മാത്രം കാണപ്പെടുന്ന ജീവികളാണവ. നമ്മുടെ പശ്ചിമഘട്ട മലനിരകൾ ഇത്തരം ജീവികളാൽ സമ്പന്നമാണ്. അവിടെ ഒട്ടേറെ സസ്യങ്ങൾ ഈ വിഭാഗത്തിൽപ്പെട്ടവയായുണ്ട്. അധികവും ഔഷധമൂല്യമുള്ളവയാണ്. അതിനാൽ ഈ ഔഷധ സസ്യങ്ങൾക്കായി ലോക രാഷ്ട്രങ്ങൾ നമ്മുടെ ജൈവ വൈവിദ്ധ്യത്തെ ആശ്രയിക്കുന്നു. ഇതുപോലെ

തന്നെ നമ്മുടെ പാരമ്പര്യ സുഗന്ധ വിളകളും എണ്ണക്കുരുക്കളും പഴ വർഗ്ഗങ്ങളും ധാന്യവിളകളും ലോകശ്രദ്ധയിൽപ്പെട്ടത് അവയുടെ വൈവിദ്ധ്യംകൊണ്ടും പ്രത്യേക ഗുണങ്ങൾ കൊണ്ടുമാണ്.

ലോകത്ത് മറ്റൊരിടത്തും കാണാത്ത പ്രത്യേക ജീവികൾ നമ്മുടെ ജൈവ സാന്ദ്രതാ പ്രദേശങ്ങളിൽ കാണുന്നുണ്ട്. സിംഹവാലൻ കുരങ്ങ്, കരിങ്കുരങ്ങ്, വരയാട് എന്നിവയും നമ്മുടെ മാത്രം പൈതൃക ജീവിക ളാണ്. പാലക്കാട് ജില്ലയിലെ സൈലന്റ് വാലി പ്രദേശത്താണ് സിംഹ വാലൻ കുരങ്ങ് ഏറ്റവും അധികം കണ്ടുവരുന്നത്.

## വേണ്ടതെല്ലാം വേണ്ടുവോളം

ഭൂപ്രകൃതിയനുസരിച്ച് കേരളത്തെ മലനാട്, ഇടനാട്, തീര സമതലം എന്നിങ്ങനെ മൂന്നായി തരം തിരിക്കാം. കിഴക്കെ അതിർത്തിയിലെ സഹ്യ പർവ്വതനിരയുടെ പ്രദേശമാണ് മലനാട്. പടിഞ്ഞാറ് കടൽ തീരത്തോട് ചേർന്നു കിടക്കുന്നത് സമതല പ്രദേശം. സമതല പ്രദേശത്തിനും മല നാടിനും ഇടയിലുള്ള നിമ്നോന്നത പ്രദേശമാണ് ഇടനാട്.

21850 ച.കി. മീറ്റർ വിസ്തീർണ്ണമുള്ള മലനാട് കേരളത്തിന്റെ ആകെ ഭൂഭാഗത്തിന്റെ 56 ശതമാനം വരും. ഇത് പശ്ചിമഘട്ടത്തിന്റെ ആകെ വിസ്തൃതിയുടെ 42.7% ആണ്.

കേരളത്തിന്റെ കിഴക്കെ അതിർത്തിയിൽ 600 കി. മീറ്ററോളം കോട്ട പോലെ നീണ്ടു കിടക്കുന്ന സഹ്യനിൽ പാലക്കാടു മാത്രമാണ് ഒരു വിടവ്. ഈ വിടവിന് 25 കി. മീറ്ററോളം നീളം വരും.

പശ്ചിമഘട്ടത്തിലെ ആനമുടിയാണ് കേരളത്തിലെ ഏറ്റവും വലിയ കൊടുമുടി. 2694 മീറ്ററാണ് ഇതിന്റെ ഉയരം.

സംസ്ഥാനത്തിന്റെ ഔദ്യോഗിക മൃഗം ആനയും, പക്ഷി വേഴാമ്പലും, മരം തെങ്ങും, പുഷ്പം കണിക്കൊന്നയുമാണ്.

ബി സി ആയിരമാണ്ടുമുതൽ വിദേശികൾ കച്ചവടാവശ്യത്തിന് കേരളത്തിലേക്കെത്തിയിരുന്നു. കേരളത്തിലെ സുഗന്ധവിളകളായിരുന്നു ഇവരെ ഇങ്ങോട്ടാകർഷിച്ചിരുന്നത്. കേരളത്തിലെ കുരുമുളക്, ഇഞ്ചി, ലവംഗം, ഏലയ്ക്കാ, ജാതിക്കാ, കരയാമ്പൂവ് എന്നിവ ഈ കാലത്ത് പ്രസിദ്ധങ്ങളായിരുന്നു. ഫിനീഷ്യർ ഈ സുഗന്ധ വ്യഞ്ജനങ്ങൾക്കു വേണ്ടി പ്രാചീനകാലങ്ങളിൽ കേരളത്തിലേക്കെത്തിയിരുന്നതിന് രേഖ കളുണ്ട്. അസീറിയ, ബാബിലോണിയ, ഇസ്രായേൽ, ഗ്രീസ്, റോം, ചൈന മുതലായ രാജ്യങ്ങളിലേക്കും സുഗന്ധദ്രവ്യങ്ങൾ കേരളത്തിൽനിന്നും കയറ്റുമതി ചെയ്തിരുന്നു.

മുസിരിസ്(കൊടുങ്ങല്ലൂർ), തിണ്ടിസ് (കടലുണ്ടി), ബറക്കേ (ആല പ്പുഴ), നെൽക്കിണ്ട (നീണ്ടകര) എന്നിവയായിരുന്നു ഇക്കാലത്തെ കേരളത്തിലെ പ്രമുഖ തുറമുഖങ്ങൾ. കേരളത്തിലെ തനത് ജൈവ വൈവിദ്ധ്യങ്ങളുടെ വിദേശവിപണനങ്ങളാണ് ഈ തുറമുഖങ്ങൾ വഴി

പ്രധാനമായും നടന്നിരുന്നത്. അക്കാലത്ത് കേരളം ജൈവ വൈവിദ്ധ്യം കൊണ്ട് നിറഞ്ഞുനിന്നിരുന്നുവെന്നാണ് കേരളം സന്ദർശിച്ച വിദേശ സഞ്ചാരികളുടെ സഞ്ചാരക്കുറിപ്പുകൾ വെളിപ്പെടുത്തുന്നത്. 18–ാം ശതകം വരെയും കേരളത്തിലെ ജൈവ വൈവിദ്ധ്യവും പ്രകൃതിഭംഗിയും സമൃദ്ധമായിരുന്നു. അതുകൊണ്ടാണ് 18–ാം ശതകത്തിൽ യൂറോപ്യന്മാരിൽനിന്നും ബ്യൂട്ടിഫുൾ നാട്, എന്ന പ്രശംസ നമ്മുടെ നാട് നേടിയെടുത്തത്. ഇപ്പോഴും ആ പൈതൃകം നമ്മെ കൈവിട്ടിട്ടില്ല.

വിവിധയിനം മരങ്ങൾ തിങ്ങി നിറഞ്ഞുനില്ക്കുന്ന മലകൾ, പച്ചപുതച്ച ചെറുകുന്നുകൾ, മാനം മുട്ടിനിന്ന കൂറ്റൻ മാമരങ്ങൾ, കാറ്റിൽ ചൂളം വിളിക്കുന്ന മുളങ്കാടുകൾ, വെളിയിടങ്ങൾ, പൂങ്കാവനങ്ങൾ, താമര പൂത്ത കുളങ്ങൾ, പൊയ്കകൾ, ചന്തമുള്ള വിവിധയിനം പക്ഷികൾ, ജലാശയങ്ങളെ വർണ്ണമയമാക്കുന്ന അലങ്കാരമത്സ്യങ്ങൾ, മൃഗങ്ങൾ എല്ലാം നമ്മെ കൈവിടാൻ മടിച്ചു നില്ക്കുന്ന നമ്മുടെ ജൈവ പൈതൃകങ്ങളാണ്.

## ജൈവശേഷിപ്പുകൾ

ഉൽഖനനങ്ങളും സ്ഥലനാമങ്ങളും നമ്മെ ചെന്നെത്തിക്കുന്നത് ചരിത്ര സത്യങ്ങളിലേക്കാണ്. ഈ ചരിത്ര സത്യങ്ങൾ വിശകലനം ചെയ്യുമ്പോൾ കിട്ടുന്നത് പൈതൃക ശേഷിപ്പുകളാണ്. 2004 മാർച്ചിൽ കേരള സാഹസിക സാംസ്കാരിക സംഘം പുറത്തുവിട്ടത് ഇപ്രകാരം ചില തിരുശേഷിപ്പുകളായിരുന്നു.

ബി സി 7000 – 5000 ത്തിനും ഇടയിലുള്ളതെന്നു കരുതുന്ന ഗുഹാഗൃഹങ്ങളുടെ ശേഷിപ്പുകളാണ് കേരളസാഹസിക സാംസ്കാരിക സംഘം കണ്ടെത്തി തെളിവുകൾ പുറത്തുവിട്ടത്.

കോടനാട് വനപരിധിയിലെ പെരിയാർ നദീതടമായ പാണിയേലിയിലാണ് ആദ്യത്തെ കുടിപാർപ്പ് കണ്ടെത്തിയിരിക്കുന്നത്. ഇവിടെ കണ്ടെത്തിയ രണ്ട് ഗുഹാ ഗൃഹങ്ങളും കരിങ്കൽ പാറയിൽ കൊത്തിനിറച്ചതാണ്. പാറയുടെ മുകളിൽ കിണറിന്റെ രൂപത്തിൽ കുഴികളുണ്ട്.

രണ്ടാമത്തെ കുടിപാർപ്പ് പാലക്കാട് ജില്ലയിലെ നെന്മാറ–വല്ലങ്ങി ക്ഷേത്രത്തിന് രണ്ട് കിലോമീറ്റർ അകലെയാണ് കണ്ടെത്തിയത്. പാറ തുരന്ന് നിർമ്മിച്ച രണ്ട് ഗുഹകളും നിരന്തരം ഉപയോഗിച്ചിരുന്നതാണ്. പാറയിൽ കോറി വരച്ച സ്ത്രീയുടെ ചിത്രവും അവ്യക്തമായ ചിഹ്നങ്ങളും കണ്ടെത്തിയതിൽ ഉൾപ്പെടുന്നു.

രണ്ട് ഗുഹയുടെയും ഉൾവശത്ത് നിർമ്മാണ രീതികൾ ഒരുപോലെയാണ്. മാത്രമല്ല, ഇത് മുമ്പ് കണ്ടെത്തിയ മറയൂരിലെയും മുപ്പഴയിലെയും ഗുഹകളുടെ ഉൾവശനിർമ്മാണ രീതികളുമായി സാദൃശ്യം പ്രകടമാക്കുന്നുമുണ്ട്.

## സസ്യഔഷധങ്ങൾ

പ്രകൃതിയുമായുണ്ടായ ആത്മ ബന്ധത്തിലൂടെ നമ്മുടെ പൂർവ്വികർ ആർജ്ജിച്ച അനുഭവവെളിച്ചത്തിൽ രൂപംകൊണ്ടതാണ് കേരളത്തിലെ ആയുർവ്വേദ ചികിത്സാ സമ്പ്രദായം. കേരളത്തിന്റെ തനതായ ഒരു ചികിത്സാരീതിയാണിത്. ആയിരക്കണക്കിന് സസ്യങ്ങളെ ഉപയോഗിച്ച് അറിയപ്പെടുന്ന രോഗങ്ങൾക്കെല്ലാം അന്നത്തെ വിശാരദന്മാർ ചികിത്സാ മാർഗ്ഗം കണ്ടെത്തിയിരുന്നു. ഇതിനുവേണ്ടി വളരെയധികം ഔഷധസസ്യങ്ങൾ അക്കാലത്ത് പറമ്പുകളിലും വെളിമ്പ്രദേശങ്ങളിലും വളർത്തിയിരുന്നു. കാവുകളിലും ധാരാളം ഔഷധസസ്യങ്ങൾ വളർന്നുനിന്നിരുന്നു. രോഗപ്രതിരോധത്തിനും നിവാരണത്തിനും ഈ സസ്യങ്ങൾ ആവശ്യവുമായിരുന്നു. ഇക്കാരണത്താൽ തന്നെ നമ്മുടെ പറമ്പുകളിൽ ഔഷധസസ്യങ്ങളുടെ എണ്ണം വളരെ വലുതായിരുന്നു. ഇപ്രകാരം കേരളത്തിലെ പറമ്പുകളിൽ കണ്ടു വരുന്ന ചില പ്രധാന ഔഷധസസ്യങ്ങൾ ഇവയാണ്.

എണ്ണക്കുറുന്തോട്ടി, സർപ്പഗന്ധി, ഏകനായകം, മധുരക്കുറിഞ്ഞി, മൂന്ന, കൂവളം, നാഗദന്തി, നന്നാറി, ഓരില, മൂവില, തഴുതാമ, ഈശ്വരമൂലി, വാഴക്കുറിഞ്ഞി, ചെത്തി, ചെമ്പരത്തി, ഓരിലത്താമ, ഈന്ത്, തൂവവള്ളി, തുമ്പ, മുത്തങ്ങ, കീഴാർ നെല്ലി, ആടലോടകം, നെല്ലി, കറുകപ്പുൽ, ഒടിച്ചെത്തി, കരിനൊച്ചി, ആര്യവേപ്പ്, മഞ്ഞൾ, അടപതിയൻ, അരയാഞ്ഞിലി, അശോകം, അഴുകണ്ണി, ആനച്ചുവടി, ആലം, ഇടംപിരി, ഇഞ്ച, എലിത്തടി, കണിക്കൊന്ന, കരിങ്കുറിഞ്ഞി, കരിമുത്തിൾ, കല്ലൂർപഞ്ചി, കല്ലൂർവ, കൽത്താമര, കാട്ടു കഴഞ്ചി, കാട്ടുകാച്ചിൽ, കാട്ടുകൂർക്ക, കാട്ടുതിപ്പലി, കുങ്കുമമരം, നറുനീണ്ടി, നാഗതുമ്പ, പേരേലം, വാതംകൊല്ലി, കല്ലുരുക്കി, മുയൽച്ചെവി, കൂവളം, തുളസി തുടങ്ങി നിരവധി ഔഷധസസ്യങ്ങളുടെ കലവറയാണ് കേരളം.

## പരിസ്ഥിതി സൗഹൃദം

പരിസ്ഥിതിയുമായി ബന്ധപ്പെട്ട് കേരളത്തിൽ സർവ്വത്ര കാണുന്ന സസ്യങ്ങളാണ് കണ്ടലും കൈതയും.

ഉപ്പുവെള്ളത്തിൽ വളരുന്ന മരമാണ് കണ്ടൽ. തീരം കടലെടുക്കുന്നത് തടയാനുള്ള പ്രകൃതിയുടെ കടൽ ഭിത്തിയാണ് കണ്ടൽ. ധാരാളം ചെറു ജീവികളുടെ ആവാസ ഇടം കൂടിയാണ് കണ്ടൽ കാടുകൾ.

പരിസ്ഥിതിയെ പരിരക്ഷിക്കുന്ന മറ്റൊരു സസ്യമാണ് കൈത. കൈതച്ചെടിയുടെ വേരുകൾക്ക് മാരക വിഷങ്ങളായ കാഡ്മിയം, മെർക്കുറി എന്നിവയെ വെള്ളത്തിനടിയിൽനിന്നും വലിച്ചെടുക്കാനുള്ള കഴിവുണ്ട്. മണ്ണൊലിപ്പ് തടയുന്നതിനും കൈതച്ചെടി സഹായിക്കുന്നു. പ്രാചീന കേരളത്തിലെ ഒരു പൈതൃക തൊഴിലായ പായ നെയ്ത്തിന്റെ അസംസ്കൃത പദാർത്ഥമാണ് ഈ കൈതച്ചെടിയുടെ ഓലകൾ.

ഇതുപോലെ പ്രത്യേക ധർമ്മങ്ങൾ നിർവ്വഹിക്കുന്ന ധാരാളം ജൈവ

വൈവിദ്ധ്യ ഇനങ്ങളാൽ സമ്പന്നമാണ് കേരളം.

**ജൈവ സ്ഥലനാമങ്ങൾ**

ചരിത്രത്തിന്റെ വിവിധ ഘട്ടങ്ങളിൽ ജനിക്കുകയും വികസിക്കുകയും കുറ്റിയറ്റു പോകുകയും ഇന്നും നിലനില്ക്കുകയും ചെയ്യുന്ന നമ്മുടെ പൂർവ്വജാതികളിലേക്കുള്ള– ജൈവ പൈതൃകത്തിലേക്കുള്ള ഒരനുസ്മരണമാണ് കേരളത്തിലെ പ്രാചീന സ്ഥലനാമങ്ങൾ.

ബുദ്ധ– ജൈന മത വിശ്വാസവും ഭാഷയുമായി ബന്ധപ്പെട്ടാണ് ഈ സ്ഥലനാമങ്ങളിൽ പലതിന്റെയും ഉത്ഭവം. ചില സ്ഥലനാമങ്ങൾ തമിഴ് ചുവയുള്ളവയാണ്. തമിഴ് സംഘകാലത്താണ് ഇത്തരം സ്ഥലനാമങ്ങളുടെ ഉത്ഭവമെന്ന് അനുമാനിക്കുന്നു.

ഇന്ന് കേരളത്തിൽ പ്രചാരത്തിലുള്ള പ്രാചീന സ്ഥലനാമങ്ങളിൽ പലതും പിറവിയെടുത്തിട്ടുള്ളത് ക്രിസ്തു വർഷാരംഭത്തോടുകൂടിയാണ്. ഇവയിൽ പലതും പ്രകൃതിദത്തമായി സിദ്ധിച്ചവ കൂടിയാണ്. ഇക്കാരണത്താലാകാം, മല, കുന്ന്, പാറ, പുഴ, കാട് ഈ പേരുകളിലെല്ലാം ധാരാളം സ്ഥലനാമങ്ങൾ കേരളത്തിലുണ്ട്.

അർജ്ജുനൻ മല(മൂവാറ്റുപുഴ), മലയിൻകീഴ് (കോതമംഗലം), തഴവം കുന്ന് (മൂവാറ്റുപുഴ), കുന്നുകുഴി (ആലുവ), കീരമ്പാറ (കോതമംഗലം), പാറക്കാവ് (ആലുവ), കല്ലൂർക്കാട് (എറണാകുളം), മുടിക്കൽ (എറണാകുളം), മൂവാറ്റുപുഴ, പുഴക്കൽ (തൃശൂർ) തുടങ്ങിയ സ്ഥലനാമങ്ങൾ പ്രകൃതിദത്ത സ്ഥലനാമങ്ങൾക്കുദാഹരണമാണ്.

ഭൂപ്രകതൃതിയനുസരിച്ച് ഈ സ്ഥലനാമങ്ങളെ അഞ്ചായി വിഭജിച്ചിട്ടുണ്ട്. മലമ്പ്രദേശം (കുറിഞ്ചി, കുറിച്ചി), വനപ്രദേശം (മുല്ല), കൃഷി പ്രദേശം (മരുതം), കടൽത്തീര പ്രദേശം (നെയ്തൽ), വരണ്ട തീരപ്രദേശം (പാല) എന്നിങ്ങനെയാണ് അത്.

ഉദാ: കുറിച്ചിത്താനം (കോട്ടയം ജില്ല)
ആരക്കുറിശ്ശി (മലപ്പുറം ജില്ല)

ഇതുപോലെതന്നെ ചില സ്ഥലങ്ങളിൽ കണ്ടുവന്നിരുന്ന സസ്യങ്ങളുടെ പ്രത്യേകത, പ്രത്യേക കൃഷി, കൃഷിയിടം, മരക്കൂട്ടം ഇവയും നമ്മുടെ പ്രാചീന സ്ഥലനാമ പട്ടികയിൽ മുൻപന്തിയിലുള്ളവയാണ്. ഏതാണ്ട് 16,17,18 നൂറ്റാണ്ടുകളിലാണ് ഈ വിവിധ സ്ഥലനാമങ്ങൾ അധികവും പ്രചാരത്തിൽ വന്നിട്ടുള്ളത്.

1790 ൽ ടിപ്പുവിന്റെ പടയോട്ടക്കാലത്ത് ഒരു പട്ടാളക്കാരന്റെ നഷ്ടപ്പെട്ട തൊപ്പി വഴിയരികിലെ കൂനുള്ള ഒരു മാവിന്റെ ചുവട്ടിൽ കണ്ടെത്തിയത്രെ. പില്ക്കാലത്ത് മാവ് നിന്നിരുന്ന ആ സ്ഥലം കൂനമ്മാവ് എന്ന പേരിൽ അറിയപ്പെട്ടുവെന്നാണ് ഐതിഹ്യം.

ഇതുപോലെ എറണാകുളം ജില്ലയിൽ ഇടപ്പള്ളി ടോളിനും പത്തടിപ്പാലത്തിനും ഇടയ്ക്ക് കൂനുള്ള ഒരു തെങ്ങിൻ തൈ റോഡുവ

ക്കിൽ നിന്നിരുന്നു. ഈ കൂനുള്ള തെങ്ങിൻ തൈ നിന്നിരുന്ന സ്ഥലത്തെ പരിസരവാസികൾ 'കൂനൻ തൈ' എന്ന് വിളിക്കാൻ തുടങ്ങി. ഇന്നും പ്രസ്തുത സ്ഥലം 'കൂനൻ തൈ' എന്ന പേരിലാണറിയപ്പെടുന്നത്.

പ്രത്യേക കൃഷി സ്ഥലങ്ങളുടെ പേരിലും സ്ഥലനാമങ്ങളുണ്ടായിട്ടുണ്ട്. നെല്ല് കൃഷി ചെയ്തിരുന്ന പാടങ്ങളാണ് ഈ വിഭാഗത്തിൽ മുൻപന്തിയിൽ നില്ക്കുന്നത്. കേരളത്തിൽ ഒട്ടധികം സ്ഥലനാമങ്ങൾ 'പാടം' എന്ന പേരിൽ അവസാനിക്കുന്നതായി ഉണ്ട്. പാറേമ്പാടം, വല്ലാർപാടം, പട്ടേ പാടം, താന്നി പാടം, പുതുപ്പാടം ഇവ അവയിൽ ചിലതാണ്. പ്രാചീന കേരളം ഭക്ഷ്യ സ്വയംപര്യാപ്തത നേടിയിരുന്നുവെന്നതിനുള്ള തെളിവു കൂടിയാണ് 'പാട'ത്തിൽ അവസാനിക്കുന്ന ഈ സ്ഥലനാമങ്ങൾ.

നിരപ്പു വരുത്തിയ സ്ഥലങ്ങൾക്കൊപ്പം നിലം എന്ന പദംകൂടി ഉപയോഗിച്ചിരുന്നു. പടനിലം, പെരും നിലം ഈ സ്ഥലനാമങ്ങൾ ഇതിന് ഉദാഹരണങ്ങളാണ്.

വിശാലമായ കൃഷിസ്ഥലങ്ങളെ സൂചിപ്പിച്ചിരുന്നത് 'പറമ്പ്' എന്ന പദം കൊണ്ടായിരുന്നു. 'പറമ്പ്' എന്ന പദത്തിൽ അവസാനിക്കുന്ന സ്ഥലനാമങ്ങളും കേരളത്തിൽ ധാരാളമാണ്. അകപ്പറമ്പ്, അരിപ്പറമ്പ്, കച്ചേരിപ്പറമ്പ്, കരയാം പറമ്പ്, തലയോലപ്പറമ്പ് ഇവ അവയിൽ ചിലതാണ്.

നട്ടു വളർത്തപ്പെട്ടിരുന്ന മരക്കൂട്ടങ്ങളും സ്ഥലനാമങ്ങൾക്ക് കാരണമായിട്ടുണ്ട്. തോപ്പ്, തോട്ടം എന്നീ വാക്കുകൾകൊണ്ടാണ് ഇത്തരം സ്ഥലങ്ങളെ പേരു ചൊല്ലിയിരുന്നത്. ഈട്ടിത്തോപ്പ്, ചന്ദനത്തോപ്പ്, കീഴ്ത്തോട്ടം, പഴത്തോട്ടം, മുറിയത്തോട്ടം, മാത്തോപ്പ് എന്നീ പേരുകൾ സ്ഥലങ്ങൾക്ക് സിദ്ധിച്ചത് ഇങ്ങനെയാണ്. പ്രാചീന കേരളത്തിന്റെ ജൈവ സാന്ദ്രത തെളിയിക്കുന്ന ചൂണ്ടു പലകകളാണ് ഈ സ്ഥലനാമങ്ങൾ.

ചില പ്രത്യേക സസ്യങ്ങളുടെ പേരിലും ധാരാളം സ്ഥലനാമങ്ങൾ കേരളത്തിലുണ്ടായിട്ടുണ്ട്. താഴെ പട്ടികയിൽ കൊടുത്തിരിക്കുന്ന ചില സ്ഥലനാമങ്ങൾ അതിന് ഉദാഹരണങ്ങളാണ്.

| **സസ്യം** | **സ്ഥലപ്പേര്** | **സമീപ പ്രദേശം** |
|---|---|---|
| ഇലഞ്ഞി | ഇലഞ്ഞി | മൂവാറ്റുപുഴ |
| ഇലവ് | ഇലവനാട് | കോതമംഗലം |
| ഇല്ലി | ഇല്ലിക്കൽ | കൊച്ചി |
| കാഞ്ഞിരം | കാഞ്ഞിരക്കാട് | കുന്നത്തുനാട് |
| കൂവ | കൂവപ്പാടം | കൊച്ചി |
| മുള | മുളന്തുരുത്തി | കൊച്ചി |
| ആല് | ആലിൻചോട് | ഇടപ്പള്ളി |
| പുളി | പുളിഞ്ചോട് | ആലുവ |
| കൈത | കൈതക്കാട് | കുന്നത്തുനാട് |
| താനി | താനിപ്പാടം | പറവൂർ |

| | | |
|---|---|---|
| നെല്ലി | നെല്ലിക്കുഴി | കോതമംഗലം |
| നൊച്ചി | നൊച്ചിമേൽ | ആലുവ |
| പന | കരിമ്പന | മൂവാറ്റുപുഴ |
| നെല്ല് | നെല്ലുവായി | തൃശൂർ/തലപ്പിള്ളി |
| പാല | പാലക്കുഴ | മൂവാറ്റുപുഴ |
| പിലാവ് | ഒറ്റപിലാവ് | പാലക്കാട് |
| പുന്ന | പുന്നമറ്റം | മൂവാറ്റുപുഴ |
| മാവ് | കൂനമാവ് | പറവൂർ |
| വാഴ | വാഴകുളം | മൂവാറ്റുപുഴ |
| തേക്ക് | തേക്കിൻകാട് | തൃശൂർ |
| മുരിക്ക് | മുരിക്കുംപാടം | കൊച്ചി |
| തെങ്ങ് | അഞ്ചുതെങ്ങ് | തിരുവനന്തപുരം |
| ചന്ദനം | ചന്ദനതോപ്പ് | ഇടുക്കി |
| മരോട്ടി | മരോട്ടിചാൽ | ഇടപ്പള്ളി |
| കമുക് | കമുകിൻകോട് | നെയ്യാറ്റിൻകര |

കാവുകളും കാടുകളുമാണ് കേരളത്തിലെ സ്ഥലനാമങ്ങളിൽ ഹരിത സ്മരണകളുയർത്തുന്ന മറ്റു രണ്ടു ഘടകങ്ങൾ. ചെമ്പുക്കാവ്, പുത്തൻകാവ്, തൈക്കാവ്, കൊല്ലം കാവ്, നടക്കാവ്, നന്നാട്ടുകാവ്, പനച്ചിക്കാവ്, അക്കിക്കാവ് ഇങ്ങനെ കാവുകളെ ഓർമ്മിപ്പിക്കുന്ന സ്ഥലനാമങ്ങൾ നിരവധിയാണ്.

'കാട്', 'കോട്,' എന്നീ പദങ്ങളിൽ അവസാനിക്കുന്ന സ്ഥലങ്ങളും കേരളത്തിൽ ധാരാളമുണ്ട്. പൊതുവെ ഈ വാക്കുകൊണ്ടുദ്ദേശിക്കുന്നത് മരങ്ങൾ തിങ്ങി നില്ക്കുന്ന പ്രദേശം എന്നാണ്. എന്നാൽ അപ്രകാരം അല്ലാത്ത സ്ഥലങ്ങളുമുണ്ട്. തൃശൂർ ജില്ലയിലെ വെള്ളറക്കാട്, കരിക്കാട് ഈ സ്ഥലപ്പേരുകൾ അതിനുദാഹരണങ്ങളാണ്.

കാഞ്ഞിരം കാട്, തേക്കിൻകാട്, വട്ടേക്കാട്, കൊടുക്കാട്, ചേലക്കാട്, ചെറുകാട് തുടങ്ങി 'കാടി'ൽ അവസാനിക്കുന്ന പല സ്ഥലനാമങ്ങളും മൺമറഞ്ഞ കാടുകളുടെ ശ്മശാനങ്ങളാണ്. സ്വത്വം നഷ്ടപ്പെട്ടവയാണ് ഈ സ്ഥലനാമങ്ങളിൽ പലതും. എങ്കിലും ഭൂതകാല ഹരിത നിറവിന്റെ കഥ പറയുന്നവയാണ് അവ. 'കോട്' എന്ന പദത്തിൽ അവസാനിക്കുന്ന പല സ്ഥലങ്ങളും ഇതുപോലെ പ്രാചീന വൃക്ഷസമൃദ്ധിയുടെ സൂചനകളാണ്. ഈ ഗ്രന്ഥകർത്താവിന്റെ ജന്മദേശമായ 'മരത്തംകോട്' 'കോടി'-ൽ അവസാനിക്കുന്ന ഒരു സ്ഥലമാണ്. വൃക്ഷ നിബിഡമായ ഒരു പ്രദേശമായിരുന്നു ഈ സ്ഥലമെന്ന് പൂർവ്വികർ പറഞ്ഞുകേട്ടിട്ടുണ്ട്. 'കോട്' എന്ന പേരിൽ അവസാനിക്കുന്ന ധാരാളം സ്ഥലനാമങ്ങൾ നമുക്കുള്ളപ്പോൾ, നൂറ്റാണ്ടുകൾക്കു മുൻപ് വൃക്ഷനിബിഡമായ ഒരു നാടായിരുന്നു നമ്മുടേതെന്ന് അഭിമാനിക്കാൻ അത് നമുക്ക് വക തരുന്നു.

സസ്യങ്ങളെപ്പോലെതന്നെ, കേരളത്തിലെ സ്ഥലനാമങ്ങൾ വിശകലനം ചെയ്യുമ്പോൾ ചില പ്രദേശങ്ങളിൽ അധികമായി കണ്ടുവന്നിരുന്ന പക്ഷിമൃഗാദികളും സ്ഥലനാമങ്ങൾക്ക് കാരണമായിട്ടുണ്ടെന്നു കാണാം. തത്ത (തത്തമംഗലം), മയിൽ (മയിലാടും കുന്ന്), എരുമ (എരുമ തല), ആന (ആനമല), മീൻ (മീൻ കുന്നം), പുലി (പുലിയന്നൂർ) ഇവ ഇതിന് തെളിവാണ്.

പ്രകൃതി നിർദ്ധാരണത്തിലൂടെയും മാനുഷിക ഇടപെടലുകളിലൂടെയും ഏതെല്ലാം ജൈവജാതി നമ്മുടെ രാജ്യത്തുനിന്നും മറഞ്ഞുപോയിട്ടുണ്ടെന്ന് നമ്മോട് വിളിച്ചു പറയുന്നത് ഈ പ്രാചീന സ്ഥലനാമങ്ങളാണ്. നമ്മുടെ പൈതൃകമൂല്യം വെളിപ്പെടുത്തി തരുന്നവയാണ് ഈ സ്ഥലനാമങ്ങൾ. ഇവയുടെ വർത്തമാനകാല തെളിവുകളുമായി, പ്രാചീനകാല പൈതൃക മൂല്യങ്ങൾ നിലനിർത്തിവരുന്ന സ്ഥലങ്ങളും നമുക്കുണ്ട്. കേരളത്തിലുടനീളം ഉള്ള വനങ്ങളും ഈ പ്രാചീന ജൈവ പൈതൃകത്തെ ഇന്നും നിലനിർത്തുന്നുണ്ട്.

ഇതുപോലെതന്നെ തൃശൂർ ജില്ലയിലെ തലപ്പിള്ളി താലൂക്കിലെ കണ്ടാണശ്ശേരി, കക്കാട്, പോർക്കുളം, ചൊവ്വന്നൂർ, എയ്യാൽ, കാട്ടകാമ്പാൽ എന്നീ സ്ഥലങ്ങളിലും ഗുഹകൾ കണ്ടെത്തിയിട്ടുണ്ട്. മഹാശിലായുഗ സംസ്കാരകാലത്തെക്കുറിച്ച് വെളിച്ചം തരുന്ന ചൂണ്ടുപലകകളായിരുന്നു ഈ ഗുഹകൾ.

ഗുഹകൾ പ്രാചീന മനുഷ്യരിലേക്കും അവരുടെ സംസ്കാരത്തിലേക്കും വിരൽ ചൂണ്ടുമ്പോൾ പ്രാചീനകാലത്ത് പിറവിയെടുത്ത പല സ്ഥല നാമങ്ങളും രാജ്യത്തെ ജൈവ വൈവിദ്ധ്യ നിറവിലേക്കാണ് വിരൽ ചൂണ്ടുന്നത്. തൃശൂർ ജില്ലയിലെ ആമ്പല്ലൂർ, വെറ്റില പാറ, കമുകിൻ കാട്, തഴയൂർ, പനച്ചിയം, പനംകൂട്ടി, പനമുറ്റം, പാലക്കാട് ജില്ലയിലെ പാലക്കാട് തുടങ്ങിയ സ്ഥലനാമങ്ങൾ ഇതിനുദാഹരണമാണ്.

ആല്, പുളി, കാഞ്ഞിരം, വേങ്ങ, നെല്ലി, എലവ്, മാവ്, തെങ്ങ്, പ്ലാവ്, ഈ വൃക്ഷനാമങ്ങളുടെ പേരുകളിലും സ്ഥലനാമങ്ങളുണ്ട്. രാജ്യത്തെ ജൈവ പൈതൃകത്തിലേക്കൊരു വഴികാട്ടിയാണ് ഈ സ്ഥലനാമങ്ങൾ.

**ജൈവ ഭവനങ്ങൾ**

പ്രാചീന കേരളത്തിലെ ജനങ്ങളുടെ ഏക വരുമാനമാർഗ്ഗം പാടശേഖരങ്ങളിലെ കൃഷിപ്പണിയായിരുന്നു. അതുകൊണ്ടുതന്നെ, അക്കാലത്ത് വീടുകളിലെ സ്ത്രീകളും പുരുഷന്മാരും നേരം വെളുക്കും മുൻപെ ചൂട്ടുകറ്റയുമായി പാടശേഖരത്തിലെത്തുമായിരുന്നു. പുരുഷന്മാർ വയലിൽ പോകുമ്പോൾ ഒപ്പം കാലികളെയും കൂട്ടും. സ്ത്രീകൾ വയലിൽ പോകുമ്പോൾ പണിയായുധത്തോടൊപ്പം ഒരു കുട്ടയും കൂടെ കരുതും. ഈ കുട്ടയിലാണ് പണി കഴിഞ്ഞ് കൂലിയായി കിട്ടുന്ന നെല്ല് ശേഖരിക്കുന്നത്. പണി കഴിഞ്ഞ് ഈ നെല്ലുമായി തിരികെ വീട്ടിലെത്തുമ്പോ

ഴേക്കും കുട്ടികൾ ഉറങ്ങിയിരിക്കും. എങ്കിലും കൂലിയായി കിട്ടിയ നെല്ല് വറുത്ത് ഉരലിലിട്ട് കുത്തി ആ അരി കഞ്ഞിവെച്ച് കുട്ടികളെ വിളിച്ചുണർത്തി നല്കും. പ്രാചീന കാലത്തെ കർഷകത്തൊഴിലാളി ഭവനങ്ങളിലെ ഒരു രീതിയാണിത്. ഇതിനുള്ള സജ്ജീകരണങ്ങൾ അക്കാലത്തെ ഓരോ ഭവനങ്ങളിലും ഉണ്ടായിരുന്നു. പ്രാചീന കൃഷിപ്പെരുമയുടെ ഭവന ചിഹ്നങ്ങളാണവ. ഇന്നും ഈ ഭവന ചിഹ്നങ്ങൾക്ക് കാർഷികാഭിവൃദ്ധിയിൽ മുഖ്യസ്ഥാനമാണുള്ളത്.

**കാലിത്തൊഴുത്ത്:** പ്രാചീനകാലത്തെ കർഷക ഭവനങ്ങളിലെ ഒരു അവിഭാജ്യഘടകമാണ് കാലിത്തൊഴുത്ത്. വയലുകളിലെ മേനിയഴകിനു പിന്നിൽ തൊഴുത്തിലെ കാലികൾക്ക് ഒരു പ്രമുഖസ്ഥാനമാണ് അക്കാലത്തുണ്ടായിരുന്നത്.

**കോഴിക്കൂട്:** കാർഷികാഭിവൃദ്ധിയുടെ ഒരു കാലഘട്ടത്തിൽ, കേരളത്തിലെ ഭവനങ്ങളിലെല്ലാം കോഴിയെ വളർത്തുന്നതിനുള്ള കോഴിക്കൂടുകൾ ഉണ്ടായിരുന്നു. കോഴികൾ അന്ന് കൃഷിയിടങ്ങളിലെ നിറസാന്നിദ്ധ്യമായിരുന്നു. മാത്രമല്ല, മണ്ണിലെ പോഷക സമ്പുഷ്ടതയ്ക്കും ചെടികളിലെ കീടനാശത്തിനും കോഴികൾ സഹായകവുമായിരുന്നു.

**വെണ്ണീർക്കുഴി:** ചവറും വിറകുമായിരുന്നു ഒരു കാലത്ത് അടുക്കളയിലെ ഇന്ധനം. ഓരോ ദിവസവും ഭക്ഷണം പാകം ചെയ്തു കഴിഞ്ഞാൽ അടുപ്പിൽ അവശേഷിക്കുന്ന വെണ്ണീർ നിക്ഷേപിക്കുവാൻ ഓരോ വീടുകളിലും ഓരോ വെണ്ണീർക്കുഴികളുണ്ടായിരുന്നു. വിളകളുടെ പോഷകത്തിനും കീടങ്ങളെ അകറ്റാനും അക്കാലത്ത് വെണ്ണീർക്കുഴികളിലെ വെണ്ണീറാണ് പ്രധാനമായും ഉപയോഗിച്ചിരുന്നത്.

**തൂമ്പ:** കൃഷിയിടത്തിലെ ഒരു പ്രധാന ആയുധമാണ് തൂമ്പ. മണ്ണിൽ ചാലുകീറുന്നതിനും മറ്റും കൃഷിയിടത്തിന് തൂമ്പ അനിവാര്യമാണ്.

**അരിവാൾ:** ഒരു കാലത്ത് സ്ത്രീത്തൊഴിലാളികളുടെ കരുത്തും ആവേശവുമായിരുന്നു അരിവാൾ. കൃഷിയിടത്തിലെ ഈ പണിയുപകരണം നല്ലൊരു ഉപജീവനോപാധികൂടിയായിരുന്നു അക്കാലത്തെ സ്ത്രീകൾക്ക്.

**നുകം:** കന്നുകാലികളെ ഉപയോഗിച്ച് നിലം ഉഴുന്നതിനാണ് ഇത് ഉപയോഗിക്കുന്നത്. കാലികളുടെ കഴുത്തിനു മുകളിലാണ് നുകം വയ്ക്കുന്നത്.

**കലപ്പ:** നുകത്തിന്റെ മദ്ധ്യഭാഗത്തായാണ് കലപ്പയുടെ അറ്റം ബന്ധിക്കുന്നത്. ഉഴുകുന്ന ഭാഗത്ത് കൊഴു എന്നു പറയുന്ന ഒരു ബ്ലേഡ് ഉണ്ട്. ഈ ഭാഗം മണ്ണിൽ താഴ്ത്തി വലിച്ചാണ് നിലം പൂട്ടുന്നത്.

**ഞവരി:** നന്നായി ഉഴുതിളക്കിയശേഷം മണ്ണ് നിരപ്പാക്കുവാനാണ് ഞവരി ഉപയോഗിക്കുക. നുകവുമായി ബന്ധിപ്പിക്കാവുന്ന ഒരു പലകയാണിത്.

**ഉഴവടി:** കനലിയുടെ കമ്പ് കുരീലിന്റെ വള്ളികൊണ്ട് ചുറ്റിക്കെട്ടി

യാണ് ഉഴവടി ഉണ്ടാക്കുന്നത്. കന്നുകാലികളെ തെളിക്കുവാനാണ് ഇതു പയോഗിക്കുന്നത്.

**കുട്ടകം:** പശുവിന് വെള്ളം കൊടുക്കുവാനും നെല്ല് പുഴുങ്ങുവാനും ഉപയോഗിക്കുന്ന ചെമ്പുപാത്രമാണ് കുട്ടകം.

**തുലാവ്:** ആദ്യകാലങ്ങളിൽ വെള്ളം തേവാൻ ഉപയോഗിച്ചിരുന്ന ഒരു സജ്ജീകരണമാണിത്. മരം കൊണ്ടാണിത് ഉണ്ടാക്കുന്നത്.

**കട്ടക്കോൽ:** പൊടിവിതയ്ക്കുമ്പോൾ ഉഴുതിളക്കുന്ന കട്ടകൾ തല്ലിയുടയ്ക്കുവാനാണ് കട്ടക്കോൽ ഉപയോഗിക്കുന്നത്. നീളത്തിലുള്ള, ഒരു വശം കട്ടികൂടിയ ഒരു മരക്കഷണമാണിത്.

**കോളാമ്പി:** ഒരു കാലത്ത് കേരളത്തിലെ എല്ലാ ഭവനങ്ങളിലും ഒഴിച്ചുകൂടാനാവാത്ത ഒന്നായിരുന്നു കോളാമ്പി. ഓടുകൊണ്ടാണിതുണ്ടാക്കുന്നത്. രാത്രികാലങ്ങളിൽ വീട്ടിലുള്ളവരുടെ മൂത്രം ശേഖരിച്ച് അത് കൃഷിക്ക് വളമായി ഉപയോഗിക്കുകയാണ് ഇതിന്റെ ഉദ്ദേശ്യം.

**കളം:** എല്ലാ കൃഷിക്കാരുടെ വീടിനോട് ചേർന്നും ചെറുതോ, വലുതോ ആയ കളമുണ്ട്. നെല്ല്, കൊപ്ര, അടയ്ക്ക, കശുവണ്ടി തുടങ്ങിയവ വെയിലത്ത് ഉണക്കുന്നതിനുവേണ്ടിയാണിത്. നല്ലപോലെ സൂര്യപ്രകാശം ലഭിക്കുന്ന മുറ്റത്താണ് കളം ഉണ്ടാക്കുന്നത്. സ്ഥലം നിരപ്പാക്കി ചുറ്റും മണ്ണുകൊണ്ട് വരമ്പുണ്ടാക്കി ചാണകം മെഴുകിയാണ് കളം തയ്യാറാക്കുന്നത്.

**കുട്ട, കൂട:** ഈറ്റകൊണ്ടാണ് കുട്ടയും കൂടയും നെയ്തെടുക്കുന്നത്. ഇത് പല വലുപ്പത്തിലുണ്ട്. നെല്ല് ശേഖരിച്ചു വെക്കുന്നതിനാണ് പ്രധാനമായും ഇവ ഉപയോഗിക്കുന്നത്.

**കൊമ്പോറം, വട്ടോറം:** ഈറ്റകൊണ്ട് കോണാകൃതിയിൽ ഉണ്ടാക്കുന്നതാണ് കൊമ്പോറം. സമചതുരാകൃതിയിൽ, നാലു ഭാഗവും രണ്ടിഞ്ച് ഉയർന്നു നില്ക്കുന്നതാണ് വട്ടോറം. ചാണകം മെഴുകിയാണ് ഇവ ഉപയോഗിക്കുന്നത്. കൊമ്പോറത്തിലെ നെല്ല് കാറ്റിന്റെ ദിശയ്ക്കനുസരിച്ച് കഴിയുന്ന ഉയരത്തിൽ അല്പാല്പമായി വീഴിക്കും. ഈ സമയത്ത് വട്ടോറം കൊണ്ട് വീശിയാൽ പതിരും വൈക്കോൽ തുറുമ്പും ദൂരെ ചെന്നു വീഴും. നെല്ല് വേർപിരിഞ്ഞു കിട്ടുകയും ചെയ്യും.

**ഉരൽ:** മരങ്ങൾ കൊണ്ടോ, കരിങ്കൽ കൊണ്ടോ ആണ് ഉരൽ ഉണ്ടാക്കുന്നത്. ധാന്യം കൂടുന്നതിനുള്ള ചെറിയ ഒരു കുഴിയും ഉരലിനുണ്ട്. ഇതിൽ ധാന്യം ഇട്ട് ഉലക്കകൊണ്ട് ഇടിച്ചാണ് നെല്ല് കുത്തുന്നതും ധാന്യങ്ങൾ പൊടിക്കുന്നതും.

**പാക്കുവെട്ടി:** അടയ്ക്ക വെട്ടുന്നതിനായി ഉപയോഗിക്കുന്ന ഒരു ഉപകരണമാണിത്. ഇതിന്റെ അറ്റത്തെ ആണിയിൽ തിരിയുന്ന ഒരു കത്തിയും പിടിയും അത് അമർത്തുവാൻ കത്തിയുടെ വായ്ത്തലയോടടുത്ത് ഒരു ഭാഗവും ഉണ്ട്. പണ്ട്, പാക്ക് വെട്ടിയുണക്കുന്ന അടയ്ക്കാ കർഷകർ കേരളത്തിൽ ധാരാളംപേരുണ്ടായിരുന്നു.

**തൊപ്പിക്കുട:** കുടപ്പനയുടെ ഓലയുപയോഗിച്ചാണിത് ഉണ്ടാക്കുന്നത്. വെയിലും മഴയും കൊള്ളാതിരിക്കാനാണ് കൃഷിക്കാർ ഇതുപയോഗിക്കുന്നത്.

**പുല്ലുപറിക്കുട:** സ്ത്രീകൾ പുല്ലുപറിക്കുമ്പോൾ ഉപയോഗിക്കുന്ന കുടപ്പന ഓലക്കുടയാണിത്. ഇതിന് തൊപ്പിക്കുടയേക്കാൾ വലുപ്പമുണ്ട്.

**പനമ്പ്:** ധാന്യങ്ങൾ വെയിലത്തിട്ടുണക്കുവാൻ ഇത് ഉപയോഗിച്ചു വരുന്നു. ഈറ്റകൊണ്ടാണിതുണ്ടാക്കുന്നത്. പറയരാണ് പൊതുവെ പനമ്പ് ഉണ്ടാക്കുന്നത്.

**പത്തായം:** ധാന്യങ്ങൾ സൂക്ഷിക്കുവാൻ പല അറകളായി തിരിച്ച മരം കൊണ്ടുണ്ടാക്കിയ വലിയ പെട്ടിയാണിത്. ഒരു കാലത്ത് കർഷക കുടുംബങ്ങൾക്ക് ഒഴിച്ചുകൂടാനാവാത്ത ഒന്നായിരുന്നു പത്തായം.

**അറയും നിരയും:** ചില വലിയ കൃഷിക്കാരുടെ വീടുകളിൽ പൂജാമുറിയോട് ചേർന്ന് നെല്ല് ശേഖരിച്ചു വെക്കുന്നതിനുള്ള അറയുണ്ടാക്കാറുണ്ട്. ഇത്തരം വീടുകളെയാണ് അറയും നിരയും ഉള്ള വീടുകൾ എന്ന് പറയുന്നത്.

**പറ:** ധാന്യങ്ങൾ അളക്കുന്നതിന് പഴയകാലത്ത് ഉപയോഗിച്ചു വന്നിരുന്ന ഒരു അളവുപകരണമാണിത്. പത്ത് ഇടങ്ങഴിയാണ് ഒരു പറ.

**ചുരക്കുടുക്ക:** പച്ചക്കറി വിത്തുകൾ സൂക്ഷിക്കുന്നതിനാണിത് ഉപയോഗിക്കുന്നത്. മൂത്തുപഴുത്ത ചുരക്കയുടെ മുകൾഭാഗത്ത് ഒരു ദ്വാരമുണ്ടാക്കി അകം വൃത്തിയാക്കുന്നു. പിന്നീട് ഈ ദ്വാരത്തിലൂടെ വിത്തുകൾ അതിൽ നിക്ഷേപിക്കുന്നു.

കൃഷിയെമാത്രം ആശ്രയിച്ചു കഴിഞ്ഞിരുന്ന ഒരു ജനതയ്ക്ക് കാർഷിക പ്രതിസന്ധികളെ തരണം ചെയ്യുന്നതിന് പ്രകൃതി നല്കിയ സർഗ്ഗസിദ്ധിയുടെ അനന്തരഫലമാണ് നാടൻ സാങ്കേതിക വിദ്യകളായ ഭവന ചിഹ്നങ്ങൾ. ഒരു കാലത്ത് ഒരു പരിധിവരെ കാർഷികാഭിവൃദ്ധിയെ നിലനിർത്തി വന്നത് ഈ നാടൻ സാങ്കേതിക വിദ്യകളായ ഭവന ചിഹ്നങ്ങളായിരുന്നു. ഇതുകൊണ്ടുതന്നെ ഓരോ നാടൻ സാങ്കേതിക വിദ്യകളും കൃഷിപ്പെരുമയുടെ ഭവന ചിഹ്നങ്ങളായി നമുക്കൊപ്പമുണ്ട്. 1960 കാലഘട്ടത്തിൽ, കാർഷികാഭിവൃദ്ധി കൈവരിച്ചിരുന്ന കർഷക കുടുംബങ്ങളിൽ ഈ നാടൻ സാങ്കേതിക ഉല്പന്നങ്ങൾ (ഭവന ചിഹ്നങ്ങൾ) നിറഞ്ഞുനിന്നിരുന്നു. ഇന്നും കർഷകരുടെ കൃഷിപ്പെരുമയ്ക്കു പിന്നിൽ ഈ ഭവന ചിഹ്നങ്ങളിൽ ചിലതിന്റെയെങ്കിലും സാന്നിദ്ധ്യമുണ്ട്.

# 2

# നീലനിലാവിന്റെ ചന്തം!

മഞ്ഞുകാലത്തു നീലനിലാവിന്റെ ചന്തത്തിൽ കേരളത്തിലെ കിഴക്കേ അതിരിൽ നിവർന്നു കിടക്കുന്ന സഹ്യപർവ്വതനിര കൊടുമുടികളാലും മലകളും കുന്നുകളുംകൊണ്ടും സമൃദ്ധമാണ്. കേരളത്തെ പ്രകൃതി മനോഹരമാക്കുന്നതും വനത്തിന് വാസസ്ഥലമൊരുക്കുന്നതും നദികൾക്ക് ഉറവകൾ നല്കുന്നതും ഈ സഹ്യപർവ്വത നിരയാണ്. കേരളത്തിലെ ഒരു വിധം എല്ലാ ജില്ലകൾക്കും ഈ പർവ്വതനിരയുടെ സ്വാധീനം ലഭിക്കുകയും ചെയ്യുന്നു. ഇതുകൊണ്ടുതന്നെ മലകളുടെ സ്വന്തം നാടാണ് കേരളം.

| | | |
|---|---|---|
| 1. | അഗസ്ത്യമല | തിരുവനന്തപുരം ജില്ല |
| 2. | ശബരിമല | പത്തനംതിട്ട |
| 3. | പൂച്ചിമല | പത്തനംതിട്ട |
| 4. | ആനമുടി | ഇടുക്കി |
| 5. | എരവിമല | ഇടുക്കി |
| 6. | കാത്തുമല | ഇടുക്കി |
| 7. | ചെന്തവര | ഇടുക്കി |
| 8. | കുമരിക്കൽ | ഇടുക്കി |
| 9. | കരിങ്കുളം | ഇടുക്കി |
| 10. | ദേവിമല | ഇടുക്കി |
| 11. | പെരുമാൾ | ഇടുക്കി |
| 12. | ഗുഡ്ഢൂർ | ഇടുക്കി |
| 13. | കബുല | ഇടുക്കി |
| 14. | ദേവികുളം | ഇടുക്കി |
| 15. | അഞ്ചനാട് | ഇടുക്കി |

| | |
|---|---|
| 16. കരിമല | ഇടുക്കി |
| 17. മച്ചനാട് | തൃശൂർ |
| 18. പറവട്ടാനി | തൃശൂർ |
| 19. പാലപ്പിള്ളി | തൃശൂർ |
| 20. കൊടശ്ശേരി | തൃശൂർ |
| 21. അതിരപ്പള്ളി | തൃശൂർ |
| 22. എലമ്പിശ്ശേരി | കോഴിക്കോട് |
| 23. നാട്ടുവാരം | കോഴിക്കോട് |
| 24. മൊട്ടല | കോഴിക്കോട് |

## കാടുകാണാൻ മലകയറാം

കാടിനെ തൊട്ടറിയാൻ മലയെ ചവിട്ടിക്കയറണം. മലയെ ചവിട്ടിക്കയറിയാൽ കാടും കാട്ടാറും വന്യമൃഗങ്ങളും വെള്ളച്ചാട്ടങ്ങളും എല്ലാം കൺ കുളിർക്കെ കാണാം. ഇതിനുള്ള സൗകര്യം കേരളത്തിലെ എല്ലാ ജില്ലകളിലും പ്രകൃതിതന്നെ ഒരുക്കിയിരിക്കുന്നു.

### 1. നെല്ലിയാമ്പതി

സമൃദ്ധമായ ഓറഞ്ചുതോട്ടങ്ങളെക്കൊണ്ട് ആരേയും ആകർഷിക്കുന്നതാണ് നെല്ലിയാമ്പതി മല. ഈ മലയിലെ സീതാർകുണ്ഡ് വിനോദസഞ്ചാരികൾക്കു ഏറെ പ്രിയംകരമാണ്.

### 2. നിലമ്പൂർ

നിലമ്പൂർ തേക്ക് ലോകപ്രശസ്തമാണ്. മലപ്പുറം ജില്ലയിലെ നിലമ്പൂർ തേക്ക് മ്യൂസിയവും ഏറെ പ്രശസ്തമാണ്. 1842 ലാണ് ഇവിടെ തേക്ക് വെച്ചുപിടിപ്പിച്ചത്. നിലമ്പൂരിന്റെ സമീപ പ്രദേശങ്ങളായ ആഢ്യൻ പാറ വെള്ളച്ചാട്ടം ഏറെ വിനോദസഞ്ചാരികളെ ഇങ്ങോട്ടേക്ക് ആകർഷിക്കുന്നു. നിലമ്പൂരിൽനിന്ന് 18 കി. മീറ്റർ അകലെയുള്ള നെടുങ്കയം വിനോദസഞ്ചാരികളുടെ പ്രധാന കേന്ദ്രമാണ്.

### 3. തുഷാരഗിരി വെള്ളച്ചാട്ടം

കോഴിക്കോട് വയനാട് റോഡിൽ താമരശ്ശേരിയിൽനിന്ന് കോഴഞ്ചേരി വഴി തുഷാരഗിരിയിലെത്താം. പ്രകൃതിരമണീയമായ ഒരു പ്രദേശമാണിത്.

### 4. വയനാട്

വയനാട് വന്യജീവി സങ്കേതം ബേഗൂരിലും മുത്തങ്ങയിലുമായാണ് വ്യാപിച്ചു കിടക്കുന്നത്. മുത്തങ്ങ വനമേഖലയിൽ കടുവകളെ ധാരാളമായി കണ്ടുവരുന്നു. പൂക്കോട് തടാകം, എടക്കൽ ഗുഹ, കുറുവദ്വീപ്, ചെമ്പ്രു കുന്നുകൾ ഇവ വയനാട് കുന്നുകളിൽ സഞ്ചാരികളെ ആകർഷിച്ചുവരുന്നു. മൂന്നുതട്ടുകളിലായി 200 മീറ്റർ താഴേക്ക് പതിക്കുന്ന സൂചിപ്പാറ

വെള്ളച്ചാട്ടം, മീൻമുട്ടി ചെതലയം വെള്ളച്ചാട്ടം, തിരുനെല്ലി ക്ഷേത്രത്തിനു സമീപത്തുള്ള പക്ഷികളുടെ കേന്ദ്രമായ പക്ഷി പാതാളം ഇവയെല്ലാം പ്രകൃതി വയനാടൻ കുന്നുകളിൽ സഞ്ചാരികൾക്കായി ഒരുക്കിയിരിക്കുന്നു.

**5. ആറളം (കണ്ണൂർ)**

കണ്ണൂർ ജില്ലയിലെ വന്യജീവി സങ്കേതമായ ആറളത്ത് ധാരാളം ആനകളെ കാണുന്നുണ്ട്.

**6. പൈതൽ മല**

കണ്ണൂരിൽനിന്നും 65 കിലോമീറ്റർ അകലെയാണ് പൈതൽ മല. സുഖകരമായ കാലാവസ്ഥയാണ് ഇവിടെ. സാഹസിക ടൂറിസ്റ്റുകൾ ഏറെ ഇഷ്ടപ്പെടുന്ന പ്രദേശമാണിത്.

**7. റാണിപുരം**

കാസർകോട് ജില്ലയിലെ റാണിപുരം മല മഴക്കാടുകളും ചോല ക്കാടുകളുംകൊണ്ട് സമൃദ്ധമാണ്. തണുത്ത കാലാവസ്ഥയാണ്. മലക യറ്റം ഇഷ്ടപ്പെടുന്ന വിനോദ സഞ്ചാരികളാണ് അധികവും ഇവിടെയെ ത്തുന്നത്. വീരമലകുന്ന്, പൊഗഡിഗുംപൈ, കോട്ടഞ്ചേരി തുടങ്ങിയ ഇവി ടത്തെ പ്രദേശങ്ങളും വിനോദസഞ്ചാരികളെ ആകർഷിച്ചുവരുന്നു.

**8. നെയ്യാർ വന്യജീവി സങ്കേതം**

തിരുവനന്തപുരം ജില്ലയിൽ നെയ്യാറിന്റെ തീരത്തുള്ള വന പ്രദേശ മാണിത്. ഉയരത്തിൽ കേരളത്തിലെ രണ്ടാം സ്ഥാനത്തുള്ള അഗസ്ത്യ കൂടം കൊടുമുടിയും ഇവിടെയാണ്. ആന, വരയാട്, സിംഹവാലൻ കുരങ്ങ്, കാട്ടുപോത്ത്, കടുവ, മാൻ എന്നീ വന്യമൃഗങ്ങളും വിവിധയിനം സർപ്പങ്ങളും പക്ഷികളും സസ്യലതാദികളും ഇവിടെയുണ്ട്.

**9. പേപ്പാറ വന്യജീവി സങ്കേതം**

കരമനയിൽ നിർമ്മിച്ച അണക്കെട്ടിന്റെ ജലസംഭരണമേഖലയിലുള്ള വനമാണ് പേപ്പാറ. ആന, പുലി, മാൻ, കുരങ്ങ്, രാജവെമ്പാല, സിംഹ വാലൻ കുരങ്ങ് എന്നിവ ഇവിടെ ഉണ്ട്.

**10. പൊൻമുടി മാൻ വളർത്തുകേന്ദ്രം**

തിരുവനന്തപുരത്തു നിന്നും 60 കിലോമീറ്റർ പോയാൽ പൊൻമുടിയി ലെത്താം. ഇത് ഒരു മാൻ വളർത്തുകേന്ദ്രവും സുഖവാസ സ്ഥലവും കൂടിയാണ്. ചെറു അരുവികളും വെള്ളച്ചാട്ടങ്ങളും നിറഞ്ഞ സ്ഥലമാ ണിത്.

**11. ചെന്തുരുണി വന്യജീവി സങ്കേതം**

കൊല്ലം ജില്ലയിൽ തെന്മല ഡാമിന് അരികിലായാണ് ഇത് സ്ഥിതി ചെയ്യുന്നത്. ഇവിടെ നിരവധി ഗുഹകളുണ്ട്. ആന, പുലി, കടുവ എന്നീ വനമൃഗങ്ങളെയും കണ്ടുവരുന്നു.

**12. തെന്മല ഇക്കോ ടൂറിസ്റ്റ് കേന്ദ്രം**

കേരളത്തിലെ ആദ്യ ഇക്കോ ടൂറിസ്റ്റ് കേന്ദ്രം ഇവിടെയാണ്. ആയിരത്തിലധികം ചവിട്ടുപടികൾകൊണ്ട് നിർമ്മിച്ച ഗോവണി ഇവിടത്തെ ഒരു പ്രത്യേകതയാണ്. പാലരുവി വെള്ളച്ചാട്ടവും തൂക്കുപാലവും ഏറെ പ്രശസ്തമാണ്. ഒരു സാഹസിക വിനോദ കേന്ദ്രം കൂടിയാണിത്.

**13. പാലരുവി വെള്ളച്ചാട്ടം**

300 അടി പൊക്കത്തിൽനിന്ന് പതിക്കുന്ന വെള്ളച്ചാട്ടം പാലരുവിയിലെ പ്രത്യേകതയാണ്. ധാരാളം ആളുകൾ ഇവിടം സന്ദർശിച്ചു വരുന്നു.

**14. ഇലവീഴാ പൂഞ്ചിറ**

മരങ്ങൾ ഇല്ലാത്തതുമൂലം ഇലവീഴാത്ത ഇടമാണിത്. അതുകൊണ്ടുതന്നെ ഇലവീഴാ പൂഞ്ചിറ എന്നാണ് ഈ കേന്ദ്രം അറിയപ്പെടുന്നത്. കോട്ടയം ജില്ലയിലാണിത്. സൂര്യോദയവും അസ്തമയവും ദർശിക്കാൻ കഴിയുന്ന ഒരു ഇടം കൂടിയാണിത്.

**15. കുമരകം പക്ഷിസങ്കേതം**

ധാരാളം ദേശാടനപ്പക്ഷികളെ ദർശിക്കാൻ കഴിയുന്ന ഒരു പക്ഷിസങ്കേതമാണിത്. സൈബീരിയൻ കൊക്കുകളേയും ഇവിടെ കാണാൻ കഴിയും. വേമ്പനാട്ടു കായലിന്റെ കിഴക്കെ തീരത്താണ് ഈ പക്ഷിസങ്കേതം.

**16. ഇടുക്കി വന്യജീവി സങ്കേതം**

ഇടുക്കി ജില്ലയിൽ ചെറുതോണി, പെരിയാർ നദികളുടെ മദ്ധ്യത്തിലുള്ള വനമേഖലയാണിത്. മനോഹരമായ ഒരു തടാകംകൂടി ഉള്ളതിനാൽ വിനോദസഞ്ചാരികൾക്ക് ജലയാത്ര ചെയ്യുമ്പോൾ വന്യമൃഗങ്ങളെ നേരിൽ കാണാനുള്ള സൗകര്യമുണ്ട്. ആന, കടുവ, പുലി, മാൻ ഇവയാണ് ഇവിടെ അധികമായി കാണപ്പെടുന്നത്.

**17. ഇരവിക്കുളം ദേശീയ ഉദ്യാനം**

12 വർഷത്തിലൊരിക്കൽ പൂക്കുന്ന നീലക്കുറിഞ്ഞി ഈ ഉദ്യാനത്തിന്റെ സവിശേഷതയാണ്. വംശനാശഭീഷണി നേരിടുന്ന വരയാടുക

ളാണ് ഇവിടുത്തെ മറ്റൊരാകർഷണം. തണുത്ത കാലാവസ്ഥ ഇഷ്ടപ്പെടുന്നവർക്ക് ഈ ദേശീയ ഉദ്യാനം ഏറെ ഇഷ്ടപ്പെടും.

**18. തട്ടേക്കാട് പക്ഷി സങ്കേതം**

ഭൂതത്താൻകെട്ട് അണക്കെട്ടിന് സമീപത്താണിത്. അർദ്ധനിത്യഹരിത വനങ്ങൾ നിറഞ്ഞ ഇവിടെ വിവിധ തരം പക്ഷികൾ, ആന, പുലി, മുള്ളൻപന്നി തുടങ്ങിയവയേയും കാണാം.

**19. പീച്ചി, വാഴാനി, വന്യജീവി സങ്കേതം**

പീച്ചി, വാഴാനി ഡാമുകളുടെ നീർവാർച്ചാ പ്രദേശമാണിത്. റിസർവോയറിലൂടെ ബോട്ടിൽ സഞ്ചരിച്ച് മൃഗങ്ങളെ കാണാം. ഓർക്കിഡുകളും മറ്റു നിരവധി സസ്യങ്ങളും ഇവിടെയുണ്ട്.

**20. സൈലന്റ് വാലി**

ഒരു ജൈവ സാന്ദ്രതാ പ്രദേശമാണ് പാലക്കാട് ജില്ലയിലെ സൈലന്റ് വാലി. 200 ൽപ്പരം വ്യത്യസ്ത തരത്തിൽപ്പെട്ട ചിത്രശലഭങ്ങളെ ഇവിടെ കാണാൻ കഴിയുമെന്നാണ് പറയുന്നത്. സിംഹവാലൻ കുരങ്ങാണ് സൈലന്റ് വാലിയുടെ മറ്റൊരു പ്രത്യേകത. 1984 ൽ സൈലന്റ്‌വാലി ദേശീയ ഉദ്യാനമായി പ്രഖ്യാപിച്ചിരുന്നു.

**21. പറമ്പിക്കുളം വന്യജീവിസങ്കേതം**

പറമ്പിക്കുളം, തുണക്കടവ്, പെരുവരിപ്പള്ളം എന്നീ തടാകങ്ങൾക്ക് ചുറ്റുമുള്ള പ്രദേശമാണിത്. കടുവ, പുള്ളിപ്പുലി, കാട്ടുപൂച്ച, വരയാട് തുടങ്ങിയവയെ ഇവിടെ കണ്ടുവരുന്നു. മലമുഴക്കി പക്ഷികളും വേഴാമ്പലുകളും ഈ പ്രദേശത്ത് സമൃദ്ധമായുണ്ട്.

# 3

# വനം എന്ന സ്വർഗ്ഗം

മരങ്ങളും സസ്യലതാദികളും നിറഞ്ഞ പ്രദേശത്തെയാണ് വനം എന്ന് പറയുന്നത്. ശുദ്ധജലവും പ്രാണവായുവും ഭക്ഷണവും തന്ന് ജീവികളെ സംരക്ഷിച്ചു വരുന്നത് വനങ്ങളാണ്. ഒരു ഹെക്ടർ വനത്തിന് രണ്ടര ലക്ഷം ലിറ്റർ വെള്ളം സംഭരിച്ചുവെക്കാൻ കഴിയുമെന്നാണ് ശാസ്ത്രജ്ഞന്മാർ പറയുന്നത്. എന്നാൽ വനങ്ങൾ മനുഷ്യരാശിക്കും വന്യജീവികൾക്കും നല്കുന്ന സംരക്ഷണത്തെക്കുറിച്ച് ലോകജനത ഇനിയും ബോധവാന്മാരാകേണ്ടതുണ്ട്. ഇതിനുവേണ്ടി മാർച്ച് 21 ന് ലോക വനദിനമായി ആചരിച്ചുവരുന്നുണ്ട്. എന്നാൽ പല പ്രദേശത്തെ വനങ്ങൾക്കും പല വിധ പ്രത്യേകതകളുണ്ട്. ആ പ്രത്യേകതകളിലേക്ക് ഒന്ന് എത്തിനോക്കാം.

### 1. ആർദ്രനിത്യഹരിത വനങ്ങൾ

നമ്മുടെ സൈലന്റ് വാലി ഇതിനുദാഹരണമാണ്. മഴക്കാടുകളോട് കിടപിടിക്കുന്നതാണ് ഇവിടത്തെ ജൈവസമ്പത്ത്. മൃഗങ്ങളുടേയും പക്ഷികളുടേയും സസ്യ–ഉരഗജീവികളുടേയും വൻശേഖരംതന്നെ ഇവിടെയുണ്ട്. ഇലകളെ പൊഴിച്ചുകളയാതെ പച്ചപ്പ് നിലനിർത്തുന്നുവെന്നതാണ് ആർദ്ര നിത്യഹരിത വനങ്ങളുടെ പ്രത്യേകത.

### 2. ആർദ്ര ഇലപൊഴിയും കാടുകൾ

ആയിരം മി. മീറ്റർ വരെ മഴ ലഭിക്കുന്ന പ്രദേശങ്ങളിൽ വളരുന്ന ഇലപൊഴിയും മരങ്ങളാണ് ഇവിടെയുള്ളത്. മഞ്ഞുകാല തുടക്കത്തോടെയാണ് ഇതിലെ മരങ്ങൾ ഇലപൊഴിക്കുന്നത്. നിത്യഹരിത– അർദ്ധ നിത്യഹരിത വനങ്ങളുടെ നാശത്തോടെ രൂപപ്പെടുന്ന ജൈവ വ്യവസ്ഥയാണ് ആർദ്ര ഇലപൊഴിയും കാടുകൾ. മേച്ചിൽപ്പുറങ്ങളാൽ സമ്പന്ന

മായ ഇത്തരം വനങ്ങൾ വന്യജീവി സമ്പത്തുകൊണ്ട് അനുഗൃഹീത മാണ്.

**3. അർദ്ധ നിത്യഹരിത വനങ്ങൾ**

നിത്യഹരിത വനങ്ങളുമായി ഇടകലർന്നും ഒറ്റപ്പെട്ടും കാണപ്പെടുന്ന ഇവ 1500 – 2000 മി. മീറ്റർ മഴയുള്ള വനമേഖലയാണ്. കേരളത്തിൽ കൂടുതലായും കാണപ്പെടുന്നത് ഈ വിഭാഗത്തിൽപ്പെട്ട വനങ്ങളാണ്.

**4. വരണ്ട ഇലപൊഴിയും കാടുകൾ**

കേരളത്തിലെ ആനമലയുടെ കിഴക്കെ ചെരുവിലെ മഴനിഴൽ വന ങ്ങളാണ് വരണ്ട ഇല പൊഴിയും കാടുകൾ. നെല്ലി, ചന്ദനം, ഈട്ടി എന്നിവ ഇവിടെ സുലഭമായി വളരുന്നു. സമുദ്രനിരപ്പിൽനിന്നും 800 മുതൽ 1000 വരെ അടി ഉയരമുള്ള ഭാഗത്താണ് വരണ്ട ഇല പൊഴിയും കാടുകൾ സ്ഥിതിചെയ്യുന്നത്.

**5. ചോലക്കാടുകൾ**

കാറ്റിനേയും പ്രതികൂല കാലാവസ്ഥയേയും അതിജീവിക്കാൻ പാക ത്തിൽ ബോൺസായ് മാതൃകയിലുള്ള അപൂർവ്വ വൃക്ഷങ്ങൾ കാണപ്പെ ടുന്ന ചോലക്കാടുകൾ കുരുവികളുടെയും വന്യജീവികളുടെയും ഈറ്റി ല്ലമാണ്.

**6. പുൽമേടുകൾ**

മഴയേക്കാൾ മഞ്ഞുവീഴ്ചയിൽ ജീവസ്സുറ്റതാകുന്ന പുൽമേടുകൾ ഉരഗങ്ങളുടെയും വരയാടുകളുടെയും പറുദീസയാണ്. 1500 മീറ്ററിലധികം ഉയരമുള്ള മലഞ്ചെരിവുകളിൽ കാണപ്പെടുന്ന ഇവിടെ പുൽവർഗ്ഗങ്ങളും കുറിഞ്ഞിപോലെയുള്ള സസ്യങ്ങളും കണ്ടുവരുന്നു.

**7. ഈറ്റക്കാടുകൾ**

ആനകളുടെ മുഖ്യഭക്ഷണം, ആദിവാസികളുടെ തൊഴിൽ ഉപാധി, നദിയോരങ്ങളുടെ സംരക്ഷണ കവചം എന്നീ നിലകളിൽ ഈറ്റക്കാടു കൾക്ക് വലിയ പ്രാധാന്യമുണ്ട്.

**8. ചന്ദനക്കാടുകൾ**

കേരളത്തിൽ ഇടുക്കി ജില്ലയിലെ മറയൂരിലാണ് ചന്ദനക്കാടുകൾ അധികമായുള്ളത്. ശില്പകലകൾക്ക് ചന്ദനം ഏറെ പ്രശസ്തമാണ്. ഔഷധം, ചന്ദനത്തിരി നിർമ്മാണം ഇവയ്ക്കും ചന്ദനം ഉപയോഗിച്ചു വരുന്നു.

### 9. മിരിസ്റ്റിക്കാ കാടുകൾ

നല്ല മഴ ലഭിക്കുന്ന ആർദ്രവനങ്ങളിലെ ചതുപ്പു വനങ്ങളാണിവ. വനചതുപ്പിൽ വളർന്നു നില്ക്കുന്ന ചോരപ്പൈൻ, ഉണ്ടപ്പൈൻ മരങ്ങളുടെ കൂട്ടമാണിത്. ഇവയുടെ വേരുകൾ ശ്വസന മൂലകങ്ങളായി ചതുപ്പിൽ ഉയർന്നു നില്ക്കുന്നത് കാണാം.

### 10. കണ്ടൽക്കാടുകൾ

സസ്യങ്ങളിലെ ഉഭയ ജീവികൾ എന്ന പേരിലറിയപ്പെടുന്നു. കരയിലും വെള്ളത്തിലും വസിക്കാനുള്ള കഴിവാണ് ഈ പേരിന് കാരണം. കൊച്ചിയിൽ കണ്ടൽ കാടുകൾ കണ്ടുവരുന്നു.

### 11. കാവുകൾ

കാടുകളുടെ ചെറുപതിപ്പുകളാണ് കാവുകൾ. ഇവയ്ക്ക് വലിയ ജൈവ വൈവിദ്ധ്യ പ്രാധാന്യമുണ്ട്. പെരുമ്പാവൂരിലെ ഇരിങ്ങോൾക്കാവാണ് കേരളത്തിലെ ഏറ്റവും വലിയ കാവ്. വിശുദ്ധവനങ്ങൾ എന്ന പേരിലും കാവുകൾ അറിയപ്പെടുന്നു.

### 12. വനവൃത്താരം

1971 ലെ ഔദ്യോഗിക കണക്കുപ്രകാരം 11,29,000 ഹെക്ടർ വനഭൂമിയായിരുന്നു കേരളത്തിലുണ്ടായിരുന്നത്. ഇതിൽ യഥാർത്ഥത്തിലുള്ള റിസർവ്വ് വനങ്ങൾ 7,54,000 ഹെക്ടറും നിക്ഷിപ്ത വനങ്ങൾ 1,80,000 ഹെക്ടറുമായിരുന്നു.

1993 മാർച്ച് 31 ലെ മറ്റൊരു ഔദ്യോഗിക കണക്കുപ്രകാരം കേരളത്തിലെ 21 ജനറൽ ഫോറസ്റ്റ് ഡിവിഷനുകളിലും ഏഴു വന്യമൃഗസംരക്ഷണ കേന്ദ്രങ്ങളിലും കൂടി 11,22,000 ഹെക്ടർ വനഭൂമിയാണ് കേരളത്തിലുള്ളതെന്ന് പറയുന്നു. 1995 ൽ ഇത് 10,336 ച. കി. മീറ്റർ ആയി ചുരുങ്ങി.

പാലക്കാട് ജില്ലയിലെ സൈലന്റ് വാലിയാണ് കേരളത്തിലെ നിത്യഹരിത വനപ്രദേശം.

1,55,088 ഹെക്ടർ സ്വാഭാവിക വനഭൂമിയെ പ്രത്യേക വനവിഭവ ഭൂമിയാക്കിമാറ്റിയിട്ടുണ്ട്.

| | | | |
|---|---|---|---|
| തേക്ക് | – | 74914 | ഹെക്ടർ |
| യൂക്കാലിപ്റ്റ്സ് | – | 29633 | ഹെക്ടർ |
| തോട്ട വിളകൾ | – | 33999 | ഹെക്ടർ |
| സോഫ്റ്റ്‌വുഡ് | – | 895 | ഹെക്ടർ |
| കശുവണ്ടി | – | 4570 | ഹെക്ടർ |
| മുള | – | 996 | ഹെക്ടർ |

| | | | |
|---|---|---|---|
| വാറ്റൽ | – | 3890 | ഹെക്ടർ |
| ഹാർഡ്‌വുഡ് | – | 859 | ഹെക്ടർ |
| ഫ്യൂൽ വുഡ് | – | 1387 | ഹെക്ടർ |
| പൈൻ | – | 452 | ഹെക്ടർ |
| മഹാഗണി | – | 169 | ഹെക്ടർ |
| റോസ് വുഡ് | – | 155 | ഹെക്ടർ |
| ബൽസ് | – | 93 | ഹെക്ടർ |
| ചന്ദനം | – | 11 | ഹെക്ടർ |
| മറ്റുള്ളവ | – | 3855 | ഹെക്ടർ |

**കേരളത്തിലെ വന സസ്യങ്ങൾ**

| | |
|---|---|
| ആഞ്ഞിലി | വ്രാളി |
| കനല | ചെമ്പുന്ന |
| പുന്നപ്പ | കരശ് |
| വെള്ളയകിൽ | പട്ടിപ്പുന്ന |
| പാലി | നെടുനാർ |
| വെടി പ്ലാവ് | വില്ലൂന്നി |
| കരാഞ്ഞിലി | ശീമപ്ലാവ് |
| കൽപ്പയിൻ | ബാൽസ |
| വെള്ളപ്പയിൻ | അശോകം |
| നാങ്ക് | കറുത്തവാറ്റിൽ |
| കമ്പകം | ആനച്ചൊറിയൻ |
| ഉന്നം | ബ്ലാങ്കമരം |
| വേമ്പ് | കരിങ്ങോടു |
| മൈല | പീനാറി |
| മഞ്ഞക്കടമ്പ | മട്ടി |
| മണിമരുത് | ചുവന്ന അകിൽ |
| വെന്തേക്ക് | പടപ്പൻ |
| ഇരുൾ | കാക്കത്തൊണ്ടി |
| താന്നി | കാട്ടുമരോട്ടി |
| മരുതി | ചുരുളി |
| തേമ്പാവ് | കുടമ്പുളി |
| വേങ്ങ | ശീമപ്പഞ്ഞി |
| ചന്ദനം | പുന്നപ്പ |
| ഈട്ടി | ആനത്തൊണ്ടി |
| തേക്ക് | പിണര് |
| ചടച്ചി | ശ്യാലിത |
| കടക്കൊന്ന | മുള്ളിലം |

| | |
|---|---|
| പരുവമരം | തേങ്കൊട്ട(ചേര്) |
| കാരയകിൽ | ഓരില |
| വരിമരം | കുളപ്പുന്ന |
| മഹാഗണി | പാടത്തളി |
| അമ്പഴം | നായ്ത്തമ്പകം |
| പ്ലാഗ് | പമ്പരം |
| അരണമരം | മഞ്ഞമന്ദാരം |
| പുന്ന | വെൾവേലം |
| വക്ക | മലമ്പൊങ്ങ് |
| ചെറു കൊന്ന | കാവളം |
| പൈൻ | ആവാര |
| മലഞ്ചൊടി | സുബാബൂൽ |
| മഞ്ചാടി | ഉറുവഞ്ചി |
| ചീവയ്ക്ക | പടക്കിഴങ്ങ് |
| വെള്ളവാറ്റിൽ | ഞാവൽ |
| പുളി | കാട്ടുനെല്ലി |
| വാക | നായ്ക്കുരണ |
| നീർക്കുരുണ്ട | നീർമാതളം |
| മലവേപ്പ് | വയില |
| കരുവാളി | ഇലവ് |
| തുടലി | കല്ലിലവ് |
| ഇലന്ത | തൊണ്ടി |
| കല്ലാവി | രുദ്രാക്ഷം |
| മൂങ്ങാപ്പേഴ് | വറങ്ങ് |
| ചമ്പകം | കാഞ്ഞിരം |
| കാട്ടുതേയില | കരിമ്പന |
| വലമ്പിരി | ആൽ |
| പച്ചവാറ്റിൽ | കാട്ടു പ്ലാവ് |
| നീർ മരുത് | കാട്ടുമാവ് |
| ഏലം | പറങ്കിമാവ് |
| കാട്ടുകറിവേപ്പ് | കുടമ്പന |
| കൂവളം | ഈറ |

**വന്യ മൃഗങ്ങൾ**

1. വെള്ളക്കുരങ്ങ്
2. സിംഹവാലൻ കുരങ്ങ്
3. കരിങ്കുരങ്ങ്
4. ഹനുമാൻ കുരങ്ങ്

5. ആന
6. കാട്ടുപോത്ത്
7. മ്ലാവ്
8. പുള്ളിമാൻ
9. കേഴമാൻ
10. കൂരൻ
11. വരയാട്
12. കാട്ടുപന്നി
13. മലയണ്ണാൻ
14. ചാമ്പൻ മലയണ്ണാൻ
15. മുള്ളൻ പന്നി
16. വെരുക്
17. പാംസിവറ്റ്
18. കരടി
19. ചെന്നായ
20. പുലി
21. കടുവ
22. കുറുക്കൻ

## മറ്റു വന്യജീവികൾ

1. പാമ്പുകൾ
2. കീരി
3. ഉറുമ്പുതീനി
4. മുതല
5. ചീങ്കണ്ണി
6. അണ്ണാൻ
7. ഓന്ത്
8. തവള
9. കറുത്ത പരുന്ത്
10. തത്ത
11. മൂങ്ങ
12. കഴുകൻ
13. വവ്വാൽ
14. വേഴാമ്പൽ

## സർപ്പങ്ങൾ: വിഷം ഉള്ളവയും ഇല്ലാത്തവയും

**വിഷമില്ലാത്ത പാമ്പുകൾ**

1. കുരുടിപ്പാമ്പ്
2. ചേര
3. മലമ്പാമ്പ്
4. ബാൾപൈത്തൻ
5. കവച വാലൻ
6. ഇരുതലയൻ മണ്ണലി
7. വലിയ മണ്ണലി
8. കാട്ടു പാമ്പ്
9. നാഗത്താൻ
10. വെള്ളി വരയൻ
11. നീർക്കോലി
12. തെയ്യാൻ പാമ്പ്
13. പച്ച നാഗം
14. പൂച്ചക്കണ്ണൻ
15. വില്ലൂന്നി

**വിഷപ്പാമ്പുകൾ**

1. മൂർഖൻ
2. രാജവെമ്പാല
3. ശംഖു വരയൻ
4. മഞ്ഞ വരയൻ
5. കറുത്ത ശംഖു വരയൻ
6. എഴുത്താണി മൂർഖൻ
7. ഏഴടി മൂർഖൻ
8. കടൽ പാമ്പ്
9. അണലി
10. ചുരുട്ടുമണലി
11. മര അണലി
12. മുള മണ്ഡലി

## ജൈവ സമ്പത്ത്

ആയിരക്കണക്കിന് വർഷങ്ങളിലെ പരിണാമ ഫലമായാണ് കാടുകൾ ഉണ്ടായിട്ടുള്ളത്. ജൈവവൈവിദ്ധ്യത്തിന്റെ നിറസാന്നിദ്ധ്യമാണ് ഓരോ കാടും. പെയ്ത്തു വെള്ളത്തിന്റെ സംഭരണകേന്ദ്രം കൂടിയായിരുന്നു കാടുകൾ. കാടുകളിൽ കാട്ടാറുകൾ പുളഞ്ഞൊഴുകി. അവയിൽ പലയിനം മത്സ്യങ്ങൾ നീന്തിത്തുടിച്ചു. അണ്ണാറക്കണ്ണനും കാട്ടുകോഴിയും പക്ഷിമൃഗാദികളും ഉരഗവർഗ്ഗങ്ങളും കാട്ടിനുള്ളിൽ മദിച്ചുല്ലസിച്ചു. മരങ്ങൾ ഇവയ്ക്ക് സുരക്ഷിതത്വം നല്കി. ശക്തിയായി വീശുന്ന കാറ്റിന്റെ

വേഗത കാട് മന്ദഗതിയിലാക്കി. മഴവെള്ളം ഒഴുകിപ്പോകാതിരിക്കാൻ മരങ്ങൾ തടസ്സം സൃഷ്ടിച്ചു. പൊഴിഞ്ഞു വീഴുന്ന ഇലകൾ സൂര്യതാപത്തിൽ നിന്നും ജലകണങ്ങളെ പരിരക്ഷിച്ചു. അതോടൊപ്പം വനമണ്ണിനെ വളക്കൂറുള്ളതാക്കി മാറ്റി. ഈ വളക്കൂറിൽ ധാരാളം സസ്യങ്ങൾ വളർന്നു വലുതായി. വളരെയേറെ ജീവജാലങ്ങൾക്ക് അവ ആവാസവ്യവസ്ഥയൊരുക്കി.

നൂറുകണക്കിന് കീടങ്ങളും ഉരഗങ്ങളും വളരെയേറെ പക്ഷികളും കുരങ്ങുകൾ ഉൾപ്പെടെയുള്ള മരംചാടികളും മരങ്ങളിൽ ആവസിക്കാൻ ഇടവരുന്നുണ്ട്.

വനങ്ങൾ പ്രകൃതിസൗന്ദര്യത്തിന്റെ നിറകുടമാണ്. ധാരാളം ആളുകൾ അറിവിനും ഉല്ലാസത്തിനുമായി വനസന്ദർശനം നടത്തുന്നുണ്ട്. ഇടുക്കിയാണ് ഇതിൽ മുന്നിൽ.

ഇടുക്കി ജില്ലയിലെ ഏറ്റവും മനോഹരമായ ദൃശ്യം കുറവൻ-കുറത്തി മലകളാണ്. വെള്ളച്ചാട്ടങ്ങൾ, മലനിരകൾ, കാടുകൾ, തടാകങ്ങൾ, വന്യജീവികൾ, പുഴകൾ, അണക്കെട്ട്, മനോഹരമായ പൂക്കൾ, വന്യജീവികൾ ഇവയെല്ലാം ഇവിടെയുണ്ട്.

## നിലയ്ക്കാത്ത വസന്തം

കാട് തന്നിൽ ഉള്ളതിനെയെല്ലാം തന്നിൽതന്നെ ഒതുക്കി നിർത്തുകയാണ് ചെയ്യുന്നത്. വൈവിദ്ധ്യമാർന്ന പ്രകൃതിയുടെ പൂക്കാലമാണ് ഇതിനു പിന്നിൽ. അതുകൊണ്ട് കാട്ടിൽ വസന്തം നിലയ്ക്കുന്നില്ല. മാസം തോറും ഓരോ വിഭാഗം സസ്യങ്ങൾ പൂത്തുകൊണ്ടിരിക്കുന്നു. അതുകൊണ്ട് പറവകൾക്ക് മുടങ്ങാതെ മധുനുകരാനാകുന്നു. കേരളത്തിന്റെ ജൈവ ചൈതന്യത്തിന്റെ മറ്റൊരു രഹസ്യം!

കാട്ടിലെ ഹിംസ്രജീവികളേയും പറവകളേയും ശലഭങ്ങളേയും കാട്ടിൽത്തന്നെ നിലനിർത്തിവരുന്നത് നിലയ്ക്കാത്ത വസന്തമാണ്. കാട്ടിൽ വിവിധ സസ്യങ്ങൾ പൂക്കുന്ന കാലം ഒരു പട്ടികയായി കൊടുത്തിരിക്കുന്നത് ശ്രദ്ധിക്കുക.

1. നാക്, വെടി പ്ലാവ്, ഈട്ടി, കരാഞ്ഞലി, കമ്പകം : ജനുവരി
2. ഉന്നം, താന്നി, ചന്ദനം : ഫെബ്രുവരി
3. പുന്നപ്പ, വെള്ളപ്പയിൻ, ഇരുൾ, മണിമരുത്, തേമ്പാവ് : മാർച്ച്
4. മൈല, വെന്തേക്ക് : ഏപ്രിൽ
5. കാട്ടുകറിവേപ്പ്, ശ്യാലിത : മേയ്
6. കഗല, മഞ്ഞക്കടമ്പ, വേങ്ങ, ചേര് : ജൂൺ
7. മരുത്, കളപ്പൂണ, പാടത്തളി : ജൂലൈ

8. വെള്ളദേവതാരം, പമ്പരം, മഞ്ഞമന്ദാരം, വെൾവേലം : ആഗസ്ത്
9. മലമ്പൊങ്ങ്, കൂവളം : സെപ്തംബർ
10. ആവാര, സുബാബൂൽ : ഒക്ടോബർ
11. വേമ്പ്, ചെറുപുന്ന, ഉറുവഞ്ചി : നവംബർ
12. പാലി, ആഞ്ഞിലി, ഞാവൽ, കാട്ടുനെല്ലി, ഇലവ്, കരിമ്പന : ഡിസംബർ

**കാവുകൾ**

കാവുകൾ ധാന്യവിളകളുടെ ശത്രുകീടങ്ങളെ തങ്ങളിൽ ഉൾക്കൊണ്ട് കൃഷിയെ പരിരക്ഷിക്കുന്നു. കാവുകളിൽ അധിവസിക്കുന്ന കൂമൻ കർഷകനെ സഹായിക്കുന്നു. മണ്ണിൽ ഈർപ്പം നിലനിർത്തി സമീപപ്രദേശത്തെ കിണറുകളിൽ വെള്ളം സുലഭമാക്കുന്നു. ഇതുകൊണ്ടാവാം 'കാവു തീണ്ടല്ലേ മക്കളേ, കുടിവെള്ളം മുട്ടും' എന്ന ഒരു പഴമൊഴിയും മലയാളത്തിൽ നിലവിലുണ്ട്.

പൈതൃക സസ്യങ്ങളെ നിലനിർത്തുവാനും അതുവഴി ഒരു പ്രദേശത്തെ അന്തരീക്ഷതാപത്തെയും മണ്ണിന്റെ വരൾച്ചയേയും നിയന്ത്രിക്കുവാനും കാവുകൾക്ക് കഴിയുന്നുണ്ട്.

ഇ ഉണ്ണികൃഷ്ണൻ എഴുതിയ *ഉത്തര കേരളത്തിലെ വിശുദ്ധ വനങ്ങൾ* എന്ന കൃതിയിൽ കാവുകളിൽ കണ്ടുവരുന്ന ഇത്തരം സസ്യങ്ങളുടെ ഒരു പട്ടികതന്നെ കൊടുത്തിട്ടുണ്ട്.

ആനച്ചേര്, നെടുനാർ, കൊരണ്ടി, തമ്പകം, ഇരുമ്പകം, വെള്ളപ്പയിൻ, മധുരക്കാഞ്ഞിരം, മരോട്ടി, പ്ലാവ്, ആഞ്ഞിലി, ചോരപ്പയിൻ, പത്രി, മരച്ചെക്കി, വെളുപ്പു മരം, കൂവച്ചെക്കി, കായാമ്പൂവ്, കാട്ടുകഴമ്പ്, പുല്ലമരുത്, കുന്തളപ്പാല, നന്നാറി, പറമ്പുവള്ളി, വാതംകൊല്ലി, അരയാഞ്ഞിലി, വാതക്കൊടി, കുടലുചുരുക്കി, ചതുരമുല്ല, അരിച്ചൂരൽ, വെട്ടി, മന്ദാരവള്ളി, ആല്, മുള ഇവയാണവ.

പലജാതി സസ്യങ്ങളുടെ സങ്കേതമായി കാവുകൾ മാറിയപ്പോൾ, കാവുകൾ കേന്ദ്രീകരിച്ച് ധാരാളം പക്ഷികളും കാവുകളിലും പരിസര പ്രദേശങ്ങളിലുമായുണ്ടായിരുന്നു.

കുളകൊക്ക്, തേൻകൊറിച്ചി പരുന്ത്, രാപ്പിടിയൻ, മലമ്പുള്ള്, ചുട്ടിപ്പരുന്ത്, മുള്ളൻ കോഴി, ചാരവരിയൻ പ്രാവ്, അരിപ്രാവ്, കാട്ടുകോഴി, പൂതത്ത, നീല തത്ത, ചെങ്കുയിൽ, കരിങ്കുയിൽ, ചെമ്പോത്ത്, കാക്ക, മീൻ കൂമൻ, നത്ത്, നീർകാക്ക, മരംകൊത്തി, മഞ്ഞക്കിളി, കാടുമുഴക്കി, അസുരപ്പൊട്ടൻ, ഇരട്ടത്തലച്ചി, കുരുവി, പൊൻമാൻ, കൊക്ക്, വവ്വാൽ, നരിച്ചീർ തുടങ്ങി 90 ലധികം പറവകൾ കാവുകളിൽ കണ്ടുവന്നിരുന്നുവെന്നാണ് പറയപ്പെടുന്നത്.

ഇതുപോലെതന്നെ ധാരാളം ഇഴജീവികളും നാല്ക്കാലികളും മറ്റു

ചെറുജീവികളും കാവുകളെയും മറ്റും ആസ്ഥാനമായി സ്വീകരിച്ച് കഴിഞ്ഞുവന്നിരുന്നു. തവള, പെരുച്ചാഴി, കീരി, പാമ്പ്, അണ്ണാൻ, വെരുക്, കുരങ്ങൻ, ഓന്ത്, അർണ്ണ, എലി, മരപ്പട്ടി, കുറുക്കൻ, നീർനായ, ആമ, മുയൽ ഇവ അവയിൽ ചിലതാണ്.

കാവുകളിൽ കണ്ടുവരുന്ന ചില സസ്യങ്ങളെ ആശ്രയിച്ച് കഴിയുന്ന ശലഭങ്ങളുമുണ്ട്. സതേൺ ബേർട്വിങ്, കോമൺറോസ്, ക്രംസൺ റോസ് എന്നീ ശലഭങ്ങളുടെ ലാർവകളുടെ തീറ്റ ഈശ്വരമൂലി ചെടിയായിരുന്നു. കോമൺ മൈം, കോമൺ ബ്ലൂ ബോട്ടിൽ ഈ ശലഭങ്ങളുടെ ലാർവകൾ കൂടുതൽ ഇഷ്ടപ്പെട്ടിരുന്നത് ഇലവങ്ഗം ചെടിയാണ്. ടെയിൽസ് ജെ – സീതപ്പഴവും, ബുദ്ധാപീകോക്ക് മുള്ളിലവും 'വിലാസിനി' എന്ന പേരിലറിയപ്പെടുന്ന ശലഭലാർവ ഇത്തിൾക്കണ്ണി ഇലയും 'വെള്ളിലത്തോഴി' ലാർവ വെള്ളിലവും ഭക്ഷിച്ചു വളരുന്നവയാണ്. ലൈംബട്ടർ ഫ്ളൈ കറിവേപ്പിലും റെഡ് ഹെലൻ പാണൽ ചെടിയിലും കോമൺ മോർമൺ നാരകത്തിലും ബ്ലൂമോർമൺ കാട്ടുനാരകത്തിലും തീറ്റ കണ്ടെത്തുന്നു. കോമൺ പിയറോട്ട് ശലഭത്തിന്റെ ലാർവ ഇലന്ത ചെടിയുടെ ഇലയാണ് ഭക്ഷിക്കുന്നത്. റെഡ് പിയറോട്ട്, ഇന്ത്യൻ സൺബീം, പെയ്ൽ ഗ്രാസ് ബ്ലൂ, കോമൺ ബെറൂലിയൻ, യാം പ്ലൈ ലോങ് ബാൻഡസ് സിൽവർലൈൻ, വങ്കീപസ്സിൽ, റെഡ് സ്പോട്ട്, പ്ലൈൻ ടൈഗർ, ഗ്ലാസീ ബ്ലൂ ടൈഗർ, കോമൺ ക്രോ, കോമൺ ബുഷ് ബ്രൗൺ, കോമൺ ഫാംഫ്ളൈ, ആങ്ഗിൾഡ് കാസ്റ്റർ എന്നീ ശലഭങ്ങളുടെ ലാർവകൾ യഥാക്രമം ഇലമുളച്ചി, ഉങ്ങ്, പുളിയാറില, അശോകം, നൂറാൻകിഴങ്ങ്, കരിമരുത്, ചെത്തി, വേങ്ങ, എരുക്ക്, വള്ളിപ്പാല, ആൽ, പുൽച്ചെടികൾ, പന, ആവണക്ക് എന്നീ സസ്യഇലകൾ കൂടുതലായി ഇഷ്ടപ്പെടുന്നവയാണ്.

ഇങ്ങനെ കാവുകളെ ആശ്രയിച്ച് നിലനില്ക്കുന്ന നിരവധി ജീവികളുണ്ട്. ജൈവവൈവിദ്ധ്യ നിലനില്പിന് കാവുകൾ ഇങ്ങനെ ജീവികൾക്ക് ആവാസ സൗകര്യമൊരുക്കുന്നുണ്ട്. ഇതിനുപുറമെ, കാവുകളുടെ സാന്നിദ്ധ്യം വീട്ടുമൃഗങ്ങൾക്കും ഉപകാരമാണ്. എരുമ, പോത്ത്, പശു, ആട്, പന്നി, കോഴി ഇവ അവയുടെ ഇര കാവുകളിൽനിന്നും കണ്ടെത്താറുണ്ട്. ഇങ്ങനെ കാവുകൾ നിരവധി പൈതൃക സസ്യങ്ങൾക്കും ജീവികൾക്കുമാണ് ആവാസ സൗകര്യം ഒരുക്കിയിരിക്കുന്നത്.

# 4

# ഇടുക്കി- ജൈവവൈവിദ്ധ്യത്തിന്റെ തലയെടുപ്പ്

**കേ**രളത്തിൽ മൊത്തം കാണപ്പെടുന്ന 3800 പുഷ്പിത സസ്യങ്ങളിൽ 1966 ഇനങ്ങൾ ഇടുക്കിയിലെ കാടുകളിലാണ്. ഇതിൽ മൂന്നെണ്ണം പെരിയാറിൽ മാത്രം കാണപ്പെടുന്നവയാണ്. 62 ഇനം സസ്തനികളും 160 ഇനം ചിത്രശലഭങ്ങളും ഈ വന്യ സങ്കേതത്തിലുണ്ട്. പെരിയാറിലെ മത്സ്യസമ്പത്തിലെ നാലിനം ലോകത്ത് മറ്റൊരിടത്തും കാണാത്തവയാണ്.

ഇടുക്കിയിൽ പുതിയതായി കണ്ടെത്തിയ എട്ട് പക്ഷി ഇനങ്ങൾ ഇവയാണ്. പച്ചക്കാലി, പാണ്ടൻവേഴാമ്പൽ, കരിവയാൽ വാനമ്പാടി, ഗൗളിക്കിളി, ഹെലിക്കൻ വാലൻ, താമരക്കോഴി, ചായവുണ്ടി, നീലക്കോഴി.

ഇടുക്കിയിലെ മേഘമല ഒരു പ്രമുഖ- ജൈവവൈവിദ്ധ്യ കേന്ദ്രമാണ്. "ട്രൈമേരെസുരസ് ഇട്ടോലി" എന്ന അപൂർവ്വ ഇനം വാവലുകൾ ഇവിടെയുണ്ട്.

ഇടുക്കിയിലെ ജലാശയങ്ങളിൽ 155 ഇനം അലങ്കാര മത്സ്യങ്ങൾ ഉണ്ട്. ഇതിൽ ഏറെ പ്രധാനപ്പെട്ടതും കേരളത്തിൽ മാത്രം കാണപ്പെടുന്നതുമായ ഒരിനമാണ് 'മിസ് കേരള'.

ഇടുക്കി ജില്ലയിലെ തേക്കടിയിൽ തടാകത്തിലൂടെ ബോട്ട് യാത്ര ചെയ്താൽ ആന, കടുവ, കാട്ടുപോത്ത് തുടങ്ങിയ മൃഗങ്ങളെയും പലതരത്തിലുള്ള പക്ഷികളെയും കാണാൻ കഴിഞ്ഞെന്നു വരും. ഇതിനടുത്തുള്ള ചിന്നാറിൽ പുള്ളിപ്പുലി, മാൻ ഇവയേയും കാണാം.

കേരളത്തിലെ ഏറ്റവും കൂടുതൽ തേയില ഉല്പാദിപ്പിക്കുന്ന കണ്ണൻ ദേവൻ മലനിരകളും ചന്ദന സംരക്ഷിത വനമായ മറയൂരും ഇടുക്കി ജില്ലയിലാണ്. 73 ഇഞ്ച് ചുറ്റുവണ്ണവും 15 മീറ്റർ ഉയരമുള്ള ഇന്ത്യയിലെ ഏറ്റവും

വലിയ ചന്ദനമരം നില്ക്കുന്നത് ഇവിടെയാണ്. ലോകത്തിൽ അപൂർവ്വമായി കാണുന്ന വരയാടുകൾ ഇടുക്കി ജില്ലയിലെ രാജമലയിലുണ്ട്.

12 വർഷത്തിലൊരിക്കൽ പൂക്കുകയും പിന്നീട് നശിക്കുകയും ചെയ്യുന്ന കുറിഞ്ഞിപ്പൂക്കൾ ധാരാളമായി കാണപ്പെടുന്നത് ഇടുക്കി, ആനമുടി താഴ്വരകളിലാണ്. താഴ്വരയിലുടനീളം നീലക്കുറിഞ്ഞിപ്പൂക്കൾ പുഷ്പിച്ചു നില്ക്കുന്നതുകാണാൻ ധാരാളം വിദേശികൾ എത്താറുണ്ട്. കല്ലുകുറിഞ്ഞി, ഇടയക്കുറിഞ്ഞി, മഞ്ഞക്കുറിഞ്ഞി, ചിക്കാം കുറിഞ്ഞി, കൊക്കൈകുറിഞ്ഞി, കരിം കുറിഞ്ഞി, നീലക്കുറിഞ്ഞി തുടങ്ങി വൈവിദ്ധ്യമാർന്ന കുറിഞ്ഞി ഇനങ്ങൾ ഇവിടെയുണ്ട്.

ഇടുക്കിയിൽ 322 പക്ഷി ഇനങ്ങളെ നിരീക്ഷകർ കണ്ടെത്തിയിട്ടുണ്ട്. എന്നാൽ, കേരളത്തിലെ മൊത്തം പക്ഷി ഇനങ്ങൾ 500 ൽ അധികം വരും.

## തുമ്പികൾ

2015 ലെ വനം വന്യജീവി വകുപ്പ് മൂന്നാർ ഡിവിഷന്റെ നേതൃത്വത്തിൽ സംഘടിപ്പിച്ച സർവ്വേയിൽ ഇടുക്കി ജില്ലയിലെ മൂന്നാർ കാടുകളിൽ 51 ഇനം തുമ്പികളെ കണ്ടെത്തി.

മൂന്നാർ ഡിവിഷനുകീഴിൽ പെടുന്ന പാമ്പാടുംചോല, മതി കെട്ടാൻ ചോല, ആനമുടി ദേശീയോദ്യാനം, കുറിഞ്ഞിമല സങ്കേതം, ചിന്നാർ വന്യജീവി സങ്കേതം എന്നിവിടങ്ങളിൽ 45 പേരടങ്ങിയ സംഘം 12 ഗ്രൂപ്പുകളായി തിരിഞ്ഞാണ് നാലു ദിവസം കൊണ്ട് സർവ്വേ പൂർത്തിയാക്കിയത്.

കേരളത്തിൽ അപൂർവ്വമായി കാണപ്പെടുന്ന കാട്ടുവിരിചിറകൻ, കുങ്കുമചിറകൻ എന്നീ തുമ്പി ഇനങ്ങൾ മൂന്നാർ മേഖലയിൽ ധാരാളമുള്ളതായി കണ്ടെത്തി. ഗ്ലോബൽ വാണ്ടറർ എന്ന പേരുള്ള ഓണത്തുമ്പികളുടെ സാന്നിദ്ധ്യവും കാണാനായി. കടുവാത്തുമ്പി വിഭാഗത്തിൽപ്പെട്ട കുറുനഖവാലൻ, ചതുരവാലൻ കടുവാ എന്നിവയും ചിന്നാർ വനത്തിൽ ധാരാളമുള്ളതായി കണ്ടെത്തി.

സംസ്ഥാനത്താകെ 154 ഇനം തുമ്പികളുള്ളതായാണ് കണക്ക്. ഇതിൽ 51 ഇനം തുമ്പികളെയാണ് ഇടുക്കി ജില്ലയിലെ മൂന്നാറിൽ കണ്ടെത്തിയത്.

## വിറവാലൻ ശലഭം

പച്ചനിറമുള്ള പുള്ളികളോടുകൂടിയ ഈ ശലഭം പ്രാചീന കേരളത്തിൽ ധാരാളമായി ഉണ്ടായിരുന്നു.

### നാരകക്കാളി ശലഭം

കേരളത്തിൽ കണ്ടുവരുന്ന ഈ ശലഭങ്ങൾ പ്രധാനമായും മുട്ടയിടുന്നത് നാരകവർഗ്ഗത്തിലെ ചെടികളിലാണ്.

### പൊട്ടുവാലാട്ടി

ആകാശനീലിമ കലർന്ന വെള്ള നിറമാർന്ന ഈ ഇനം ശലഭം കേരളത്തിൽ ധാരാളമായി കണ്ടുവരുന്നു.

### വിലാസിനി

മഞ്ഞയും ചുവപ്പും നിറമുള്ള പൊട്ടുകളും കറുത്ത വരകളുള്ളതുമാണ് ഈ ശലഭങ്ങൾ. കേളത്തിൽ ഇവ ധാരാളമായി കാണപ്പെടുന്നുണ്ട്.

### അപൂർവ്വ തവള ('നാസിക കാബട്രാക്കസ് സഹ്യാദ്രിൻസിസ്')

ഇടുക്കി ജില്ലയിലെ കട്ടപ്പനയിൽ കുഴികുഴിക്കുമ്പോൾ കണ്ടെത്തിയതാണ് ഈ തവളയെ. തവളകളുടെ പരിണാമത്തിലെ നിർണ്ണായക കണ്ണിയായയാണ് 'നേച്ചർ' മാസിക ഇതിനെ വിശേഷിപ്പിച്ചത്. സഹ്യാദ്രിയിലെ അത്യപൂർവ്വമായ ഈ കണ്ടെത്തലിനെത്തുടർന്ന് ലോകത്തിലെ ജീവശാസ്ത്രകാരന്മാരുടെ ശ്രദ്ധാകേന്ദ്രമായിരിക്കുന്നു നമ്മുടെ പശ്ചിമഘട്ടം. പുതിയ സ്പീഷിസുകളെ കണ്ടെത്താൻ ശാസ്ത്രീയമായ ജൈവ സർവ്വേകൾ ഇവിടെ ആവശ്യമാണെന്ന് നേച്ചർ മാസിക സൂചിപ്പിച്ചിരുന്നു.

### വരയാടുകൾ

വംശനാശ ഭീഷണി നേരിടുന്ന വരയാടുകൾ ലോകത്തേറ്റവും കൂടുതൽ കണ്ടുവരുന്നത് ഇരവികുളത്താണ്. ഇക്കാരണത്താൽ തന്നെ ലോക പൈതൃക പട്ടികയിലേക്കെത്തിനില്ക്കുന്ന ഇരവികുളം ലോകശ്രദ്ധയാകർഷിച്ചു വരുന്നു.

### രാജവെമ്പാല

കേരളത്തിലെ വനാന്തരങ്ങളിലെ തണുപ്പേറിയ പ്രദേശങ്ങളിലാണ് ഇവയെ അധികവും കണ്ടുവരുന്നത്. സ്വന്തമായി കൂടുകൂട്ടിയാണ് ഇവ മുട്ട ഇടുന്നത്. മനുഷ്യരെയോ മറ്റോ കണ്ടാൽ ഒരു മീറ്റർ ഉയരത്തിൽ ഉയർന്നു നിന്ന് ഫണം വിരിച്ച് സീൽക്കാരം പുറപ്പെടുവിച്ച് ശത്രുവിനെ ഭയപ്പെടുത്തിയശേഷം തിരികെ പോകുന്ന സ്വഭാവമാണ് രാജവെമ്പാലയ്ക്കുള്ളത്.

കീരി സർവ്വങ്ങളുടെ ശത്രു.

## മുതുവാക്കുടി

ഇടുക്കിയിൽ പ്രബലമായ വിഭാഗമാണ് മുതുവാന്മാർ. പുല്ലും ഇലകളും മരക്കമ്പുകളും ഉപയോഗിച്ചുള്ള ഒരു മുതുവാക്കുടിയാണ് ചിത്രത്തിൽ.

## സുഗന്ധവിളകൾ

നൂറ്റാണ്ടുകൾക്കുമുമ്പ് വനനിബിഡമായിരുന്ന കാലം മുതൽ ഇടുക്കി സുഗന്ധവിളകളുടെ ഈറ്റില്ലമായിരുന്നു. ഇക്കാലത്ത് സുഗന്ധവിളകൾക്കുവേണ്ടി കാട്ടിൽ വിയർപ്പൊഴുക്കിയിരുന്നത് പ്രകൃതിയെ അത്യധികം സ്നേഹിച്ചിരുന്ന ആദിവാസികളായിരുന്നു. നിരക്ഷരരായ ഇവർക്ക് അനുഭവം ഗുരുവും കാട് പാഠശാലയും പ്രകൃതി പ്രതിഭാസങ്ങൾ വഴികാട്ടിയുമായിരുന്നു.

മണ്ണിനെ സ്നേഹിക്കുന്ന കൃഷിക്കാർ മണ്ണിലെ സകലസൃഷ്ടികളെയുമാണ് സ്നേഹിക്കുന്നത്. കൃഷിയനുഭവം മറ്റുള്ളവർക്ക് കൈമാറിയതിനു പിന്നിലും ഈ സ്നേഹമാണുള്ളത്. ഉടമസ്ഥാവകാശം ഇല്ലാതെ നമ്മുടെ മുന്നിലുള്ള സുഗന്ധ വിളകളുടെ കാർഷിക നാട്ടറിവുകളും പ്രാചീനകർഷക ജനതയുടെ സാമൂഹിക പ്രതിബദ്ധതയിലേക്കാണ് വിരൽ ചൂണ്ടുന്നത്. നിരക്ഷരരെങ്കിലും നാടിന്റെ ഭാവിയെപ്പറ്റി ചിന്തിക്കുന്നവരായിരുന്നു ആദിവാസികൾ. ഊരാളി ആദിവാസി മൂപ്പനായിരുന്ന കരിവെള്ളായൻ കൊലുമ്പന്റെ ഇപ്രകാരമൊരു ചിന്തയാണ് സംസ്ഥാനത്തിന്റെ പ്രധാന ഊർജ്ജസ്രോതസായ ഇടുക്കി ഡാമിന്റെ ഉത്ഭവത്തിന് കാരണമായത്. കുറവൻ, കുറത്തി മലകൾക്കു നടുവിലുള്ള ജലപ്രവാഹത്തെ കെട്ടിനിർത്തി കൃഷിക്ക് പ്രയോജനപ്പെടുത്താം എന്ന് മലങ്കര എസ്റ്റേറ്റ് സൂപ്രണ്ട് ഡബ്ല്യൂ ജെ ജോണിനെ ബോദ്ധ്യപ്പെടുത്തിയത് ഈ ആദിവാസി കൊലുമ്പനായിരുന്നു.

പ്രാചീന കർഷക ജനതയുടെ സർഗ്ഗാത്മകതയോടൊപ്പം പശ്ചിമഘട്ടത്തിൽ കാണപ്പെട്ടിരുന്ന കുരുമുളകിന്റെയും ഏലത്തിന്റെയും വൈവിദ്ധ്യമാർന്ന ജനുസ്സുകളും അവയെ വേണ്ടവിധം പരിരക്ഷിക്കാൻ പോന്ന വനമണ്ണും പ്രകൃതിയുടെ വരദാനമായി ഇടുക്കിയിൽ ഇന്നും നിലനില്ക്കുന്നുണ്ട്. ഇടുക്കി ജില്ലയിലെ സെബാസ്റ്റ്യൻ ജോസഫ് വികസിപ്പിച്ചെടുത്ത ഞള്ളാനി ഏലം കർഷകർക്കിടയിൽ വ്യാപകമായി പ്രചരിച്ചത് ഇതിന് ഉദാഹരണമാണ്.

അനുയോജ്യമായ പ്രകൃതിയോടൊപ്പം ഒരു ജനതയുടെ സർഗ്ഗാത്മക കഴിവുകൂടിയാണ് ഇടുക്കിയെ സുഗന്ധ വിളകളുടെ പൈതൃക താഴ്വരയായി മാറ്റിയത്. ഇന്ന് കേരളത്തിൽനിന്നും കയറ്റി അയയ്ക്കുന്ന ഏലത്തിന്റെ 90 ശതമാനവും കുരുമുളകിന്റെ 45 ശതമാനവും ഇടുക്കി ജില്ലയുടെ സംഭാവനയാണ്. അതോടൊപ്പം പൈതൃകമികവിൽ മുന്നിൽ

നില്ക്കുന്ന ഇവിടത്തെ സുഗന്ധ വിളകൾക്ക് വിപണിയിൽ ആവശ്യക്കാർ ഏറെയാണ്. ഇടുക്കിയിലെ സുഗന്ധവിളകളുടെ പൈതൃക മേന്മയെ ലോകം മുഴുവൻ ഇപ്പോഴും അംഗീകരിക്കുന്നുവെന്ന യാഥാർത്ഥ്യത്തിലേക്കാണ് ഇത് വിരൽ ചൂണ്ടുന്നത്.

## മൈലാടും പാറയിലെ ജൈവ വൈവിദ്ധ്യം

ലോകപൈതൃക പട്ടികയിൽ ഇടം പിടിച്ചതോടെ പശ്ചിമഘട്ടവും അതിന്റെ ജൈവ വൈവിദ്ധ്യവും ലോകശ്രദ്ധയാകർഷിച്ചിരിക്കുകയാണ്. ലോകത്ത് മറ്റെവിടെയുമില്ലാത്തതും വംശനാശഭീഷണി നേരിടുന്നവയുമായ പല അത്യപൂർവ്വസസ്യജന്തുജാലങ്ങളുടെയും അവസാന താവളമായാണ് യുനെസ്കോ പശ്ചിമഘട്ടത്തെ വിലയിരുത്തുന്നത്. കേരളത്തിന്റെ പ്രധാന സുഗന്ധവിളയായ ഏലത്തിന്റെ ഈറ്റില്ലവും ഈ പശ്ചിമഘട്ട മലനിരകളാണ്. അതുകൊണ്ടുതന്നെ പശ്ചിമഘട്ടമലയിലെ മൈലാടും പാറയിൽ ഇന്ത്യൻ കാർഡമം റിസർച്ച് ഇൻസ്റ്റിറ്റ്യൂട്ട് സ്ഥാപിതമാകുകയാണ്. 64.60 ഹെക്ടറിലെ ഈ പ്രദേശത്തെ സസ്യസമ്പത്തും ജൈവവൈവിദ്ധ്യവും ഏറെ ശ്രദ്ധേയമാണ്.

80 സസ്യകുടുംബങ്ങളിലായി 265 ജനുസ്സുകളിൽപ്പെട്ട 350 ൽപ്പരം പുഷ്പിത സസ്യങ്ങൾ ഇവിടെയുണ്ട്. ഓഷധികളും കുറ്റിച്ചെടികളും മാത്രം 160 ഇനങ്ങൾ. വൻമരങ്ങൾ 150 ൽപ്പരം ഇനങ്ങളുണ്ട്. തിരിച്ചറിയാൻ കഴിഞ്ഞ വള്ളിച്ചെടികൾ 40 ഇനങ്ങൾ, പയർവർഗ്ഗചെടികൾ 38 വരും. ഇനിയും തിരിച്ചറിയപ്പെടേണ്ടിയിരിക്കുന്ന സസ്യഇനങ്ങൾ വേറെ. ഒറ്റയിനം ചെടികൾ മാത്രമുള്ള 30 ഓളം സസ്യകുടുംബങ്ങളും സസ്യശാസ്ത്രജ്ഞന്മാരുടെ ശ്രദ്ധയിൽപ്പെട്ടുകഴിഞ്ഞു.

നമ്മുടെ വനങ്ങളിൽ ഒരു കാലത്ത് നിറഞ്ഞു നിന്നിരുന്ന കിയാവ് വൃക്ഷം. കോടപ്പാല, കുളവ്, കുളമാവ്, കുന്തിരിക്കവൃക്ഷം, കാട്ടുപത്രി, കൽമാണിക്യം, കാക്കകരിമരം, മരോട്ടി, മഞ്ഞക്കടമ്പ, മുളകുനാറി തുടങ്ങിയ വൃക്ഷ ഇനങ്ങൾ വേറേയും.

ഈ പ്രദേശത്തുനിന്നും തിരിച്ചറിഞ്ഞ സസ്യങ്ങളിൽ 50 ഓളം ഇനങ്ങൾ പശ്ചിമഘട്ടത്തിൽ മാത്രം കാണപ്പെടുന്നവയാണ്. കൂടാതെ അപൂർവ്വ വൃക്ഷങ്ങളായ കമ്പകവും കാനകൈതയും വെള്ളകിലും, വെൺതേക്കും, പാലിയും, പൂതം കൊല്ലിയും ഒക്കെ ഇവിടെയുണ്ട്. ദക്ഷിണ പശ്ചിമഘട്ട മലനിരകളിൽ കാണപ്പെടുന്ന വെടിപ്ലാവും (Culleria Exarillata) ഈ പ്രദേശത്ത് വളർന്നു നില്ക്കുന്നുണ്ട്.

പശ്ചിമഘട്ടമലനിരയുടെ ആവാസവ്യവസ്ഥയിൽമാത്രം നിലനില്ക്കുന്ന കാട്ടു കുരുമുളക്, കാട്ടുകുറിഞ്ഞി, കീരിക്കിഴങ്ങ്, ഓർക്കിഡുകൾ ഇവയും മൈലാടും പാറയിലുണ്ട്. കൂടാതെ, പായൽ, കുമിൾ, പന്നൽ വർഗ്ഗച്ചെടികളും ഇവിടെയുണ്ട്.

മൈലാടും പാറയിലെ ജൈവവൈവിദ്ധ്യം ഇനിയും ഉണ്ട്. കേഴ, കാട്ടുപന്നി, മുള്ളൻപന്നി, കുരങ്ങൻ, ഉടുമ്പ്, മലയണ്ണാൻ, വേഴാമ്പൽ, നിരവധി പക്ഷി ഇനങ്ങൾ ഇവയെല്ലാം ഈ ജൈവവൈവിദ്ധ്യകണ്ണിയിൽ ഉൾപ്പെടുന്നു.

# 5

# കൃഷിയിലെ ജൈവവൈവിദ്ധ്യം

**കൃ**ഷിയിൽ നാം കാണുന്ന ജൈവവൈവിദ്ധ്യം ആയിരക്കണക്കിന് വർഷങ്ങളിലൂടെ കർഷകരും ആദിമ സമൂഹവും നിലനിർത്തി വന്നതാണ്. നമ്മുടെ പശ്ചിമഘട്ട മലനിരകളിലെ ജനിതക വൈവിദ്ധ്യമായിരുന്നു ഇതിനു പിന്നിൽ. എന്നാൽ, ഈ ജനിതക വൈവിദ്ധ്യക്കണക്ക് പല വിള കൾക്കും പല വിധത്തിലാണ്. ഭാരതത്തിൽ ഏതാണ്ട് 5000 നെൽ വിത്തി നങ്ങളും ആയിരത്തിലധികം മാവിനങ്ങളും ഉണ്ടായിരുന്നതായാണ് കണക്ക്. നാം ഇന്നു കാണുന്ന കൃഷിയിലെ ജൈവചൈതന്യത്തിന്റെ കാരണവും ഇതുതന്നെ.

ഭൂമുഖത്താകെ 237655 തരം സസ്യങ്ങളുണ്ടെന്നാണ് ഔദ്യോഗിക കണക്കുകൾ പറയുന്നത്. ജന്തുവർഗ്ഗങ്ങൾക്കു മുമ്പുതന്നെ അവ ഭൂമി യിലെത്തി. ഒട്ടേറെ വർഷങ്ങൾകൊണ്ട് അവയുടെ പുതിയ തലമുറകളു ണ്ടായി. പരാഗണം വഴിയാണ് സസ്യങ്ങളിൽ പുതിയ തലമുറകൾ ജന്മ മെടുക്കുന്നത്. ഈ പുതുതലമുറക്കാർ നല്കാത്ത ഒരുവിധ ഭക്ഷണവും മരുന്നും വായു മണ്ഡലവും ഇന്ന് മനുഷ്യന് ലഭ്യമല്ല. നാം സസ്യഭുക്കാ യാലും മാംസഭുക്കായാലും ഭക്ഷണം കഴിക്കണമെങ്കിൽ സസ്യങ്ങൾ വേണം. നല്ല പാർപ്പിടം, ഫർണീച്ചർ, മരുന്ന്, ഭക്ഷണം എല്ലാം നമുക്കായി ഒരുക്കിത്തരുന്നത് സസ്യങ്ങൾ തന്നെ.

## നെല്ല് വൈവിദ്ധ്യം

കേരളത്തിൽ ഒരു വിളയുടെ വിവിധ ഇനങ്ങൾ ഒരുകാലത്ത് കൃഷി ചെയ്തിരുന്നു. ഇവയുടെയെല്ലാം വന്യ ഇനങ്ങൾ പശ്ചിമഘട്ട മലനിരക ളിലും കണ്ടുവന്നിരുന്നു. അതിനാൽ ഓരോ സ്ഥലത്തിനും അനുയോജ്യ

മായ വിള ഇനങ്ങൾ അന്നത്തെ കർഷകർ അനുഭവത്തിലൂടെ കണ്ടെത്തിയിരുന്നു. എന്നാൽ ധാന്യ വിളകളിലാണ് ഈ അറിവ് ഏറെ പ്രചരിച്ചത്. ഇതനുസരിച്ച് അന്നത്തെ വടക്ക് തുളുനാട് മുതൽ തെക്ക് വേണാട് പാണ്ടി വരെ കൃഷി ചെയ്യാൻ ഉപയോഗിച്ചിരുന്ന പൈതൃക നെല്ലിനങ്ങൾ ഇവയാണ്: ചെന്നെല്ല്, കരിഞ്ചെനെല്ല്, കുട്ടിവിത്ത്, കുറുഞ്ഞി, കോഴിവാലൻ, വെള്ളക്കോഴിവാലൻ, പൊന്നാരിയൻ, കഴമ, മുണ്ടകൻ, അഴിക്കിരാലി, വയ്യനാടൻ, ഒന്നിടിയൻ, മൂവാലി

എടനാട്ടിൽ വിതയ്ക്കാൻ കരമ്പാലം, ആരിയൻ, കഴമ, കാളി, വട്ടൻ, മുണ്ടപ്പള്ളി, നവര, കോഴിവാള എന്നിവയായിരുന്നു.

കുട്ടനാടിന് ചെവ്വിലക്കാടൻ, കൂവളുക്കാടൻ, പാലവച്ചാല, കമ്പുളവൻ, ചെന്താർമണിയൻ, വെള്ളത്തായർ, കരിങ്കാളി, അരിക്കുറുമ, ആരിയങ്കാളി, തനിക്കാളി, ചേരണാലി, സ്വർണ്ണാലി എന്നീ നെല്ലിനങ്ങളായിരുന്നു അനുയോജ്യമായി അന്നത്തെ കർഷകർ കണ്ടിരുന്നത്.

വള്ളുവനാട്ടിന് പ്രത്യേകമായി കറുത്ത എരുമക്കാലി, ചിറ്റേണി, കാളക്കഴുത്തൻ, വെള്ളക്കുറിഞ്ഞി, കടികുറിഞ്ഞി, അന്ന ചെമ്പാൻ, കല്ലുണ്ട ചെമ്പാൻ, ചെഞ്ചമ്പാൻ, എലിചെമ്പാൻ, ഈർക്കിലി ചെമ്പാൻ എന്നീ നെല്ലിനങ്ങളായിരുന്നു.

തുളുനാടൻ, ചേറ്റാരിയൻ, മണലാരിയൻ, കറുത്ത കറുവ, കടുവ, പമ്പാൻ, ചെറിയ പറമ്പൻ, അയനി, ആരിയൻ, ചെറിയാരിയൻ ഇവ കരപ്പുറ കൃഷിക്കായി ഉപയോഗിച്ചിരുന്നു.

വേണാട്ടിന് മാത്രമായി കൊളവാഴ, വെള്ളകുട്ടാടൻ, സീതഭോഗം, ഉഴുതുവിരട്ടി, എടക്കുറുമ എന്നീ വിത്തിനങ്ങൾ ഉണ്ട്.

തലപ്പിള്ളി ദേശത്തിന് മാത്രമായി വെട്ടികുട്ടാടനും, പറവൂരിന് ആനക്കൊമ്പൻ നെല്ലുമായിരുന്നു.

കരപ്പുറത്ത് കൃഷിചെയ്യാൻ മാത്രമായി തുളുനാടൻ, ചേറ്റാരിയൻ, മണലാരിയൻ, കറുത്ത കറുവ, കറുവ, പമ്പാൻ, ചെറിയ പറമ്പൻ, അയനി, ആരിയൻ, ചെറിയാരിയൻ എന്നീ നെല്ലിനങ്ങളായിരുന്നു അന്നുണ്ടായിരുന്നത്.

ഓരോ നെല്ലിനത്തിന്റെയും സ്വാദിനും ഉപയോഗത്തിനും വ്യത്യാസം ഉണ്ട്. നവരവിത്ത്, ചെന്നെൽ വിത്ത് ഇവ ഔഷധഗുണമുള്ളവയാണ്. കണ്ടഴനെല്ലിന്റെ അരിക്ക് സ്വാദ് കൂടുതലുണ്ട്. പാൽപ്പായസം ഉണ്ടാക്കാൻ ഇത് ഉത്തമമാണ്. മലര് പൊരിക്കാൻ ഉത്തമം കുഞ്ഞിവിത്താണ്. ഇപ്രകാരം ഓരോ നെൽവിത്തിനും പഴമക്കാർ സവിശേഷമായ ഉപയോഗം കണ്ടിരുന്നു. പ്രാചീന കേരളത്തിലെ ഉയർന്ന ജൈവ സാന്ദ്രതയുടെ തെളിവ് കൂടിയാണിത്.

## വൈവിദ്ധ്യം തുളുമ്പും കല്പവൃക്ഷം!

*മഹാഭാരതം, രാമായണം* തുടങ്ങി പല പുരാണ കൃതികളിലും തെങ്ങിനെക്കുറിച്ച് പരാമർശമുണ്ട്. അമൃത് ലഭിക്കുന്നതിനായി ദേവാസുരന്മാർ പാലാഴി കടഞ്ഞപ്പോൾ ലഭിച്ച വിശിഷ്ടവസ്തുക്കളിലൊന്നാണ് കല്പവൃക്ഷം എന്നാണ് ഭാഗവത സൂചന. ഇതിന്റെ എല്ലാ ഭാഗങ്ങളും മനുഷ്യന് ഉപയോഗപ്പെടുന്നതുകൊണ്ടാണ് കല്പവൃക്ഷം എന്ന പേര് വന്നത്. കേരവൃക്ഷം എന്ന പേരിലും ഇതറിയപ്പെട്ടിരുന്നു. കേരളത്തിന് ഈ പേര് ലഭിക്കുവാൻ കാരണമായതും കേരവൃക്ഷം ഇവിടെ സമൃദ്ധമായി ഉണ്ടായിരുന്നതുകൊണ്ടാണ്.

### ഇനങ്ങൾ

പശ്ചിമതീര കൊന്ന ഇനം, ലക്ഷദ്വീപ് ഓർഡിനറി, ആൻഡമാൻ ഓർഡിനറി, ലക്ഷദ്വീപ് മൈക്രോ, ഫിലിപ്പീൻസ് ഓർഡിനറി(കേര ചന്ദ്ര), കപ്പാടം എന്നിവ അറിയപ്പെടുന്ന നെടിയ ഇനങ്ങളാണ്. ചാവക്കാട് ഗ്രീൻഡ്വാർഫ് ചാവക്കാട് ഓറഞ്ച് ഡ്വാർഫ് മലയൻ ഡ്വാർഫ് തുടങ്ങിയവ കുറിയ ഇനങ്ങളാണ്. സങ്കര ഇനങ്ങളിൽ അനന്തഗംഗ, ലക്ഷഗംഗ, കേരഗംഗ, കേരശ്രീ, കേരസൗഭാഗ്യ, ചന്ദ്രസങ്കര, കേരസങ്കര, ചന്ദ്രലക്ഷ എന്നീ ഇനങ്ങളും ഏറെ പ്രചാരമുള്ളവയാണ്.

### എണ്ണക്കുരു

എണ്ണക്കുരു എന്ന നിലയിൽ ഏറെ മുൻപന്തിയിലാണ് തേങ്ങ. കറിക്കൂട്ടിന്റെ രുചിക്ക് തേങ്ങ ഒഴിച്ചുകൂടാനാവില്ല. തേങ്ങ വെട്ടി ഉണക്കി കൊപ്രയാക്കുന്നു. ഈ കൊപ്ര ആട്ടിയാണ് വെളിച്ചെണ്ണ എടുക്കുന്നത്. വീട്ടാവശ്യങ്ങൾക്കും വാണിജ്യാവശ്യങ്ങൾക്കുമായി ഈ എണ്ണ ഉപയോഗിച്ചു വരുന്നു.

### തേങ്ങാപ്പാൽ

തേങ്ങപ്പാലിന്റെ ഗുണങ്ങളെപ്പറ്റി ആയുർവ്വേദഗ്രന്ഥങ്ങളിൽ പറയുന്നുണ്ട്. വാതം, കഫം, ചുമ എന്നിവയെ ഇല്ലാതാക്കുകയും ശരീരത്തിന് ബലം നല്കുകയും ചെയ്യുന്നു തേങ്ങാപ്പാൽ. പശുവിൻ പാലിനു പകരമായി പായസത്തിനും മറ്റും തേങ്ങാപ്പാലാണ് ഉപയോഗിക്കുന്നത്. തേങ്ങാപാൽ ചേർത്ത മത്സ്യക്കറി രുചികരമാണ്. തേങ്ങാപ്പാൽ തിളപ്പിച്ച് കുറുക്കിയെടുക്കുന്ന വെളിച്ചെണ്ണയും ഔഷധഗുണമുള്ളതാണ്.

### ഇളനീർ

ഇളനീരിൽ പൊട്ടാസ്യവും മറ്റു ധാതുലവണങ്ങളും ധാരാളമായി

അടങ്ങിയിട്ടുണ്ട്. ഇളനീർ കഴിക്കുന്നതുവഴി ശരീരത്തിന്റെ താപനില നില നിർത്താം. പോഷകങ്ങളും ഓക്സിജനും ശരീരകോശങ്ങളിലേക്ക് വേഗത്തിൽ എത്തിക്കാൻ കഴിയുന്നു. കൂടാതെ, ദഹനം കൂട്ടാനും ശരീരഭാരം കുറയ്ക്കാനും രോഗപ്രതിരോധ ശക്തി വർദ്ധിപ്പിക്കാനും കഴിയുന്നു. ശരീരത്തിലെ ജലാംശ നഷ്ടം പരിഹരിക്കുന്നതിനും വൃക്കകളിലേക്കുള്ള രക്ത ചംക്രമണം വർദ്ധിപ്പിക്കുന്നതിനും മൂത്രതടസ്സം മാറുന്നതിനും ഇളനീർ കഴിക്കുന്നത് നല്ലതാണ്.

തെങ്ങിന്റെ ഓല പുരമേയാനും, കുരുത്തോല ഉത്സവങ്ങൾക്കും മതാചാരങ്ങൾക്കും ഉപയോഗിച്ചു വരുന്നു. തെങ്ങിൻ തടി പുര നിർമ്മാണത്തിനും ഫർണിച്ചർ ആവശ്യങ്ങൾക്കും ഉപയോഗിക്കാം. തേങ്ങാ ചകിരി ഉപയോഗിച്ച് കയറും കാർപ്പറ്റും ഉണ്ടാക്കുന്നു. തേങ്ങയുടെ ചിരട്ട കയിൽ (തവി) നിർമ്മാണത്തിന് ഉപയോഗിച്ചുവരുന്നുണ്ട്.

## പഴങ്ങളുടെ രാജാവ്- മാമ്പഴം

ലോകത്ത് ഏറ്റവും അധികം മാവ് കൃഷിയുള്ളത് ഇന്ത്യയിലാണ്. മാമ്പഴ ഉല്പാദനത്തിന്റെ 90 ശതമാനവും ഇന്ത്യയുടെ സംഭാവനയാണ്. കേരളത്തിലെ പല സ്ഥലനാമങ്ങളും മാവുമായി ബന്ധപ്പെട്ടതാണ്. പാലക്കാട് ജില്ലയിലെ കൊല്ലങ്കോട്, മുതലമട എന്നീ പ്രദേശങ്ങളിൽ തോട്ടമടിസ്ഥാനത്തിൽ മാവുകൃഷിയുണ്ട്. എന്നാൽ, ഏറ്റവും അധികം മാവുകൾ ഉള്ളത് കണ്ണൂർ, കോഴിക്കോട് ജില്ലകളിലാണ്. ഹൈന്ദവർക്ക് ഒരു പുണ്യവൃക്ഷമാണ് മാവ്. കാമദേവന്റെ അമ്പുകളിൽ ഒന്ന് മാമ്പൂവാണെന്ന് ഹൈന്ദവമതം ഉദ്ഘോഷിക്കുന്നുണ്ട്.

## പോഷക സമ്പന്നം

മധുരവും, രുചിയും, സുഗന്ധവും മാത്രമല്ല, പോഷകസമ്പന്നവുമാണ് മാമ്പഴം. ജലാംശം (86.1), മാംസ്യം (0.6), കൊഴുപ്പ് (0.1), ധാതുലവണങ്ങൾ (0.3), നാര് (1.1), അന്നജം(11.8), കാത്സ്യം (0.01), ഫോസ്ഫറസ് (0.02), ഇരുമ്പ് (0.3). വിറ്റാമിൻ എ, ബി, സി.

## ഔഷധവൃക്ഷം

മാവ് ഒരു ഔഷധവൃക്ഷമാണ്. മാങ്ങയും മാങ്ങായണ്ടിയും ഇലയും പൂവും ഒക്കെ ഔഷധയോഗ്യമായ ഭാഗങ്ങളാണ്.

"പഴുത്ത മാവിലകൊണ്ടു പല്ലുതേച്ചാൽ
പുഴുത്ത പല്ലും നവരത്നമാകും." എന്നാണ് പ്രമാണം.

ശരീരം മുഴുവൻ വേദന തോന്നുമ്പോൾ പഴുത്ത മാവില ഇട്ടു തിളപ്പിച്ച വെള്ളത്തിൽ ദേഹം കഴുകുന്നത് നല്ലതാണ്. സ്വരമാധുര്യമുണ്ടാകാൻ രാവിലെ മാവിന്റെ തളിരില കഴിച്ചാൽ മതി.

### ഇനങ്ങൾ

കേരളത്തിന്റേത് എന്ന് പറയാവുന്ന മാവാണ് ഒളോർ. കോഴിക്കോട് ജില്ലയുടെ പലഭാഗത്ത് ഒളോർ മാവുകളുണ്ട്. ഫെബ്രുവരി–മാർച്ചിൽ പഴുക്കാൻ തുടങ്ങുന്നു എന്നത് ഒളോർ മാമ്പഴത്തിന്റെ പ്രത്യേകതയാണ്. ആന്ധ്രാപ്രദേശിലെ 'ആലമ്പൂർ' എന്ന ഗ്രാമത്തിൽനിന്നും കേരളത്തിൽ എത്തിച്ചേർന്നതാണ് 'ആലമ്പൂർ ബനിഷൻ.' നല്ല രുചിയും സുഗന്ധവും ഇതിന്റെ പ്രത്യേകതയാണ്. കേരളത്തിന്റെ ഈർപ്പമുള്ള കാലാവസ്ഥയിൽ നല്ല വിളവ് തരുന്ന ഒരിനമാണ് "നീലം." ഇടത്തരം വലിപ്പം, നാരില്ല, കഴമ്പ് ഉറപ്പുള്ളത്. നല്ല മധുരവും മണവും ഇത് "നീലം" മാമ്പഴത്തിന്റെ പ്രത്യേകതയാണ്. കേരളത്തിൽ ജനപ്രീതി നേടിയ ഒരിനമാണ് "പിയറി". ഓറഞ്ചു നിറമാണിതിന്. വിളവ് സമൃദ്ധം. എന്നാൽ ഒരുകാലത്ത് ഏറെ പ്രശസ്തമായിരുന്ന കേരളത്തിന്റെ മൂവാണ്ടനും, അയ്യാണ്ടനും, കോട്ടുക്കോണവും, ചന്ത്രക്കാരനും ഇന്ന് അപ്രസക്തമാണ്.

വിപണിയിൽ മാമ്പഴം ആദ്യമായി എത്തുന്നത് കേരളത്തിലെ മാന്തോപ്പുകളിൽ നിന്നാണെന്ന കാര്യത്തിൽ നമുക്ക് അഭിമാനിക്കാം.

(അവലംബം: മാവ്–FIB)

## മുള

സ്വദേശീയവും വിദേശീയവുമായ ധാരാളം വൈവിദ്ധ്യമാർന്ന പുല്ലിനങ്ങൾ നമ്മുടെ മണ്ണിൽ വർഷങ്ങളായി സ്ഥാനമുറപ്പിച്ചിട്ടുണ്ട്. ഇവയിൽ പലതും ഔഷധഗുണമുള്ളവയാണ്. ചിലതെങ്കിലും വ്യവസായാവശ്യങ്ങൾക്കായി ഉപയോഗിച്ചുവരുന്നു. ഇതിൽ ഏറ്റവും ഉയരത്തിലും വേഗത്തിലും വളരുന്ന ഒരു പുല്ലിനമാണ് മുള.

### 1. മുള(Bambusa Arundinacea)

ചില മുളകൾ 40 മീറ്റർവരെ ഉയരത്തിൽ വളരും. ഇവയുടെ ഉൾഭാഗം പൊള്ളയാണ്. ധാരാളം ശാഖകളും ഉണ്ടായിരിക്കും. ഇന്ത്യയാണ് മുളയുടെ ജന്മദേശം. ഒരുകാലത്ത് കേരളത്തിൽ ധാരാളം 'നാലുകോലുപുര'കളുണ്ടായിരുന്നു. ഇതിൽ പ്രധാനപങ്ക് മുളകൾക്കായിരുന്നു. അതുപോലെതന്നെ അന്ന് സ്ഥല ഉടമകൾ മുളമുള്ളുകൾ ഉപയോഗിച്ചു വേലികെട്ടിതിരിച്ചിരുന്നു. പുറത്തുനിന്നും കന്നുകാലികൾ വന്ന് വിളനശിപ്പിക്കാതിരിക്കാനും വേലി ഉപകാരപ്രദമാണ്. പനമ്പ്, കൊട്ട, മുറം, കൊട്ടകയ്യിൽ തുടങ്ങി ധാരാളം ഗൃഹോപകരണങ്ങൾ മുളകൊണ്ടുപയോഗിക്കുന്നുണ്ട്. പൾപ്പ് നിർമ്മാണത്തിനും മുള ഉപയോഗിച്ചുവരുന്നു. ഏത്തവാഴ കർഷകർ കുലവാഴകൾക്ക് താങ്ങ് കൊടുക്കുന്നതും, തോട്ടിയുണ്ടാക്കുന്നതും, കോണിയുണ്ടാക്കുന്നതും എല്ലാം മുളകൊണ്ടുതന്നെ.

മുള ആയുസ്സിൽ ഒരിക്കലേ പൂക്കൂ. അതോടെ അവ നശിക്കുകയും ചെയ്യും. എന്നാൽ ഈ ഘട്ടത്തിൽ അവ വെട്ടിയെടുത്ത് പല ആവശ്യങ്ങൾക്കായി ഉപയോഗിക്കാം. മുളയരി ഏറെ ഔഷധഗുണമുള്ളതാണ്. ഇതുപയോഗിച്ച് ചോറുവെക്കുന്നവരും പലഹാരങ്ങൾ ഉണ്ടാക്കുന്നവരും ധാരാളമാണ്.

വിള വൈവിദ്ധ്യം പയർ ഇനങ്ങൾക്കുമുണ്ട്. ചെമ്പയർ, കരിമ്പയർ, കാളി, തണ്ടൻ, പതിനെട്ടുമണിയൻ, ചെറുപയർ, മുണ്ടകപ്പയർ, പെരുന്തണ്ടൻ, തട്ടപ്പയർ, കുങ്കുമപ്പയർ എന്നിങ്ങനെ പോകും അവയുടെ പേരുകൾ.

അമരക്കയിൽ പുളിയമരക്ക, ചുവന്നമരയ്ക്ക, ആട്ടുകൊമ്പനമരക്ക, വെള്ളമരക്ക, മൂഢനമരക്ക, വട്ടനമരക്ക, മുള്ളനമരക്ക, ചിറ്റമരക്ക ഇവയാണവ.

ചെറുകിഴങ്ങ്, വള്ളിക്കിഴങ്ങ്, പിടിക്കിഴങ്ങ്, മുക്കിഴങ്ങ് എന്നിങ്ങനെ കിഴങ്ങിനങ്ങൾ നാലെണ്ണം. വഴുതനങ്ങ ഇനങ്ങൾ അക്കാലത്ത് പത്തിനങ്ങളുണ്ടായിരുന്നു. മുള്ളുള്ളത്, ചെറുമുള്ളി, വലിയാട്ടുമുലച്ചി, വള്ളി മുള്ളൻ, നീളമുള്ള വില്ലൻ, കൊട്ടക്കാടൻ, കോഴിക്കോടൻ, പാണ്ടി വഴുതനങ്ങ, മുണ്ടൻപന്നി വഴുതനങ്ങ, കൊണ്ടൻ വഴുതനങ്ങ എന്നിവയാണവ.

## കാർഷിക സംസ്കൃതി

ഭൂമിയിൽ അതിപ്രാചീനത അവകാശപ്പെടാൻ കഴിയുന്ന ഒരു ഭൂവിഭാഗമാണ് കേരളത്തിന്റെ സഹ്യപർവ്വതനിര. പ്രകൃതിയിലെ ഏതൊരു സൃഷ്ടിയേയും വേണ്ടതു നല്കി പരിരക്ഷിക്കുവാൻ പര്യാപ്തമായിരുന്നു അക്കാലത്ത് സഹ്യപർവ്വതം. അത്രമാത്രം ജൈവവൈവിദ്ധ്യത്തിന്റെ നിറഭൂമിയായിരുന്നു പ്രാചീനകാലത്തെ സഹ്യപർവ്വതനിര. ആദിമ മനുഷ്യ സംസ്കാരം ഉടലെടുത്തതും അവർ അധിവസിച്ചതും ഈ പർവ്വതനിരകളിലായിരുന്നു. ഇന്നും ആ പാരമ്പര്യം കുറച്ചെങ്കിലും നിലനിർത്തുന്നത് അവിടെ അധിവസിച്ചുവരുന്ന ആദിവാസികളാണ്.

പി ആർ ജി മാത്തൂർ എഴുതിയ ട്രൈബൽ സിറ്റുവേഷൻ ഇൻ കേരള, 1977 പ്രകാരം മുപ്പതിലധികം ആദിവാസി വിഭാഗങ്ങളാണ് കേരളത്തിലെ ഏഴ് വനമേഖലകളുമായി ബന്ധപ്പെട്ട് കഴിയുന്നത്. ഇതിൽ ഉള്ളാടർ, പളിയൻ, മന്നാൻ, മുതുവാൻ ഈ വിഭാഗങ്ങളുടെ മുഖ്യതൊഴിൽ കൃഷിയാണ്. ഊരാളി, മലപ്പുലയൻ, മലയരയൻ, മലമ്പണ്ടാരം, അടിയാൻ, ഇരുളർ എന്നീ വിഭാഗങ്ങൾ കൃഷി മുഖ്യ തൊഴിലായി സ്വീകരിച്ചിട്ടില്ലെങ്കിലും വനത്തെ ആശ്രയിച്ച് കഴിയുന്നവരാണ്. അക്ഷരവിദ്യ വശമില്ലാത്ത ഈ ആദിവാസി വിഭാഗങ്ങൾ തങ്ങളുടെ കൃഷി അനുഭവങ്ങൾ അനന്തര തലമുറയ്ക്ക് പകർന്നിരുന്നതും അദ്ധ്വാനം ലഘൂകരിച്ചിരുന്നതും

കൃഷിപ്പാട്ടുകളിലൂടെയായിരുന്നു. ഡോ. (സിസ്റ്റർ) സീലിയാ തോമസ് പി *കേരളത്തിലെ ആദിവാസി കലാപാരമ്പര്യം* എന്ന കൃതിയിലൂടെ നമുക്ക് മുന്നിൽവെക്കുന്ന ഒരു യാഥാർത്ഥ്യമാണിത്.

പൂണ്ടൻകിള, മന്നാൻകൂത്ത്, കെന്നഞ്ചിയാട്ടം, കുറുമൻ കളി, കരടിയാട്ടം എന്നിവയാണ് ആദിവാസികളുടെ പ്രധാന ആചാരങ്ങൾ. പൂണ്ടൻ കിളപ്പാട്ട്, കുത്തുപാട്ട്, കിളയൂട്ടുപാട്ട്, വിത്തു കിളപ്പാട്ട്, കുറുമൻ കിള പ്പാട്ട് ഇവ കൃഷി ആചാരങ്ങളുമായി ബന്ധപ്പെട്ട പാട്ടുകളാണ്.

## പൂണ്ടൻകിള

തൊടുപുഴ താലൂക്കിലെ മലയരയന്മാരും ഊരാളികളും നടത്തുന്ന ഈ കൃഷി ആചാരത്തിന്റെ ഉദ്ദേശ്യം കൂട്ടായി കാട് വെട്ടിയൊതുക്കി കൃഷിക്ക് മണ്ണൊരുക്കുക എന്നതാണ്. വിപുലമായ രീതിയിൽ പൂജാകർമ്മങ്ങൾ നടത്തിയശേഷമാണ് പൂണ്ടൻകിളയ്ക്ക് തുടക്കമിടുന്നത്. ഇതുകൊണ്ടുതന്നെ ഇതിൽ പങ്കെടുക്കുന്ന പുരുഷന്മാരെല്ലാം കുളിച്ച് വൃത്തിയായിരിക്കും. സൂര്യോദയം മുതൽ സൂര്യാസ്തമയം വരെയാണ് പൂണ്ടൻ കിളയുടെ സമയം. മണ്ണിളക്കി പാകപ്പെടുത്താനുള്ള ആയുധങ്ങൾ എല്ലാവരുടേയും കൈയിലുണ്ടാകും. തലവന്റെ ആജ്ഞകിട്ടുമ്പോൾ ഇരുവശത്തുനിന്നുമായി പണിയാരംഭിക്കും. ഉച്ചത്തിൽ പാട്ടും പാടും. ഈ പാട്ടിന്റെ താളത്തിനൊത്താണ് ഇവർ ഭൂമിയിളക്കി മുന്നേറുന്നത്. പരിസരത്തുകൂടി നില്ക്കുന്ന സ്ത്രീകളും കുട്ടികളും ആർത്തുവിളിച്ച് ഇതിനെ പ്രോത്സാഹിപ്പിക്കും. കൂടുതൽ കിളച്ച് മുന്നേറുന്നവർക്ക് സ്ഥലത്തിന്റെ മദ്ധ്യഭാഗത്ത് ഒരു കമ്പിൽ കുത്തി നിർത്തിയിരിക്കുന്ന പുകയില സമ്മാനമായി കിട്ടും.

## മന്നാൻ കൂത്ത്

മകരമാസത്തിലെ വെളുത്ത വാവുനാളിൽ നടത്തപ്പെടുന്ന ഒരു വിളവെടുപ്പ് ആചാരമാണ് മന്നാൻകൂത്ത്. ഇടുക്കി ജില്ലയിലെ മന്നാൻമാരുടെ ഒരു നർത്തനകേളിയാണിത്. വിളവുകളുടെ ഒരംശം ദേവതകൾക്ക് നിവേദിച്ചതിനു ശേഷമാണ് ഈ ഉത്സവം തുടങ്ങുന്നത്. ആദ്യകാലങ്ങളിൽ രണ്ടാഴ്ചവരെ നീണ്ടു നിന്നിരുന്നു. ഇപ്പോൾ രണ്ടുദിവസംകൊണ്ടാണ് അവസാനിപ്പിക്കുന്നത്. ഓരോ കുടികളിലും തലവന്റെ വീടിനോടു ചേർന്നുള്ള സ്ഥലത്താണ് മന്നാൻകൂത്ത് ആചാരം നടത്തുന്നത്. കൂത്ത് നടക്കുന്ന ദിവസങ്ങളിൽ ഭക്ഷണത്തിന് പാകപ്പെടുത്തിയ വിളവ് കൂട്ടമായി ഭക്ഷിക്കുന്ന ഒരു രീതിയും ഉണ്ട്. 'കുടിത്തീറ്റ' എന്നാണ് ഇതിന് പറയുന്നത്.

## കെന്നഞ്ചിയാട്ടം

മലപ്പുലയർ, പളിയന്മാർ, ഊരാളികൾ ഇവർക്കിടയിൽ മകരമാസത്തിൽ നടത്തപ്പെടുന്ന ഒരു ആചാരമാണ് കെന്നഞ്ചിയാട്ടം. കൃഷിക്കുവേണ്ടി നടത്തുന്ന കാടുനീക്കൽ ചടങ്ങിന്റെ ആദ്യഘട്ടത്തിലാണ് കെന്നഞ്ചിയാട്ടം ആചരിക്കുന്നത്. നീളമുള്ള രണ്ടാം മുണ്ടോ ചേലയോ കൈയിൽ മടക്കിപ്പിടിച്ചാണ് ആട്ടം. ഇതിന് 'തുണ്ടുപിടിക്കുക' എന്നു പറയാം. താളത്തിനൊത്തു ചുവടുകൾ വയ്ക്കുക മാത്രമാണ് ഇവിടെ ചെയ്യുന്നത്. വിവിധ വർണ്ണങ്ങളിലുള്ള തുണ്ടുകൾ കൈയിലേന്തി വീശിക്കൊണ്ടുള്ള ഈ നൃത്തം മനോഹരമാണ്.

## കുറുമൻ കളി

മറയൂർ പഞ്ചായത്തിലെ മലപ്പുലയന്മാർക്കിടയിലാണ് കുറുമൻ കളിയുള്ളത്. നാട്ടുപ്രമാണിമാരുടെ ക്രൂരതമൂലം മലപ്പുലയന്മാർ അനുഭവിക്കുന്ന ദുരന്തങ്ങളാണ് കുറുമൻ കളിയിലെ പ്രതിപാദ്യം.

അനധികൃതമായി ഭൂമിയുടെ അവകാശം അനുഭവിക്കുന്ന നാട്ടുപ്രമാണിമാർ ചെറിയതായ ഒരു കാഴ്ച സ്വീകരിച്ച് വനഭൂമിയിൽ ആദിവാസികളെക്കൊണ്ട് കൃഷിചെയ്യിക്കുന്നു. അടുത്ത വർഷം വനത്തിന്റെ അടുത്ത ഭാഗത്ത് കൃഷിചെയ്യാൻ പ്രേരിപ്പിക്കുന്നു. ഇങ്ങനെ ആദിവാസികൾ രണ്ടു മൂന്നു വർഷം മാറ്റകൃഷിയിൽ പങ്കുകൊള്ളുമ്പോൾ നാട്ടുപ്രമാണി വിശാലമായ കൃഷി ഉടമയായി മാറുന്നു. ഇതിനെതിരെയുള്ള ആദിവാസി വിമ്മിട്ടമാണ് കുറുമൻ കളിയുടെ പ്രേരകഘടകം.

## കരടിയാട്ടം

അട്ടപ്പാടി താഴ്‌വരയിലെ ഇരുളരുടെ ഇടയിൽ വിളപ്പെടുപ്പു സന്ദർഭത്തിൽ നടത്തപ്പെടുന്ന ഒരു നൃത്തരീതിയാണ് കരടിയാട്ടം. രാത്രിയിൽ തീകൂട്ടി അതിനു ചുറ്റും വട്ടത്തിൽ നിന്നുകൊണ്ട് സ്ത്രീപുരുഷന്മാർ പാട്ടിനൊപ്പിച്ച് വട്ടം ചുറ്റിക്കൊണ്ട് ചുവട് വെക്കുന്നു. വാദ്യോപകരണങ്ങളുടെ അകമ്പടിയോടെ പാട്ടിനൊപ്പിച്ചാണ് ഇവർ ചുവടുവെക്കുന്നത്.

## പൂണ്ടൻ കിളപ്പാട്ട്

കാലവർഷത്തിന്റെ തുടക്കത്തിൽ കന്നിമഴ പെയ്യുന്നതോടെയാണ് മലയരയന്മാർ പൂണ്ടൻ കിളപ്പാട്ട് നടത്തുന്നത്. ആദിവാസികൾക്കിടയിൽ ഉത്സവപ്രതീതിയുണ്ടാക്കുന്ന ഒരു കാർഷികാചാരമാണിത്. *രാമായണ-മഹാഭാരത* കഥകളാണ് പാട്ടുകളിൽ സാധാരണയായി ഉപയോഗിച്ചുവരുന്നത്. പൂണ്ടൻകിള നടത്തുമ്പോൾ ആവേശം ലഭിക്കുന്നതിനുള്ളതാണ് ഈ കിളപ്പാട്ട്. രണ്ടുവിഭാഗമായി നിന്നാണ് പൂണ്ടൻ കിളപ്പാട്ടുകൾ പാടുന്നത്.

### കുത്തുപാട്ട്

മലയരയന്മാർ കൃഷിക്കുവേണ്ടി മണ്ണ് കിളച്ച് ഒരുക്കുന്ന അവസരത്തിൽ തങ്ങളുടെ അദ്ധ്വാനക്ലേശം അറിയാതിരിക്കുവാൻ വേണ്ടിയാണ് കുത്തുപാട്ട് നടത്തുന്നത്. ഇരു വിഭാഗങ്ങളിലായി ചേരി തിരിഞ്ഞു നിന്ന് അന്യോന്യം നിശിതമായി പരിഹസിക്കുന്ന രീതിയാണ് ഇതിനുള്ളത്. *രാമായണ*ത്തിലെ സീതാപഹരണം വിഷയമാക്കിയുള്ള കുത്തുപാട്ട് ഏറെ ആവേശത്തോടെ പാടിത്തിമിർക്കുമ്പോൾ, അത്രയും ആവേശത്തിൽ ഇവർ മണ്ണ് കിളച്ചു മാറ്റുകയും ചെയ്യുന്നു.

**കിളയൂട്ട് പാട്ട്:** മണ്ണ് കിളച്ചൊരുക്കിയശേഷം വിത്തിടുന്ന അവസരത്തിലാണ് കിളയൂട്ടുപാട്ടുകൾ പാടുന്നത്. മലയരയ സമുദായക്കാർക്കിടയിലാണ് കിളയൂട്ട് പാട്ടുകൾ നിലവിലുള്ളത്. ഭൂമിദേവിയെ പ്രകീർത്തിച്ച് മെച്ചപ്പെട്ട വിളവ് നേടാം എന്ന വിശ്വാസമാണ് ഇതിനുപിന്നിൽ.

**വിത്തുകിളപ്പാട്ട്:** ചില സ്ഥലങ്ങളിലെ മന്നാന്മാർക്കിടയിൽ മാത്രമാണ് വിത്തുകിളപ്പാട്ട് ഉള്ളത്. മന്ദഗതിയിലുള്ള പാട്ടിന്റെ താളത്തിനൊപ്പം ഭൂമിയൊരുക്കിക്കയറുന്ന ഒരു രീതിയാണിത്.

**കുറുമൻ കളിപ്പാട്ടുകൾ:** മലപ്പുലയന്മാർക്കിടയിലാണ് കുറുമൻ കളിപ്പാട്ടുകൾ സ്ഥാനം പിടിച്ചിരിക്കുന്നത്. വനഭൂമി എങ്ങനെയെല്ലാം കൃഷിക്ക് ഉപയുക്തമാക്കാം എന്നതിനെക്കുറിച്ചുള്ളതാണ് കുറുമൻ കളിപ്പാട്ടുകൾ.

നമ്മുടെ നാട്ടിലെ പുനംകൃഷിയുടെ ഉത്ഭവം ആദിവാസികളുടെ അദ്ധ്വാനശേഷിയിൽനിന്നും ഉളവായതാണ്. പാട്ടുകളുടെ ഈണത്തിൽ അദ്ധ്വാനഭാരത്തെ അലിയിച്ച് ഇല്ലാതാക്കിയാണ് ആദിവാസികൾ പുനംകൃഷി നടത്തിയിരുന്നത്. അക്കാലത്തെ ഈ കാർഷിക സംസ്കാരത്തിന്റെ പിന്തുടർച്ചയാണ് ഇന്നും നമ്മുടെ രാജ്യത്ത് നിലനിന്നു വരുന്ന പുള്ളുവരുടെ വയൽപ്പാട്ടുകളും പുലയരുടെ വിത്തുപാട്ടുകളും.

# 6

# കേരളത്തിന്റെ സസ്യപ്പെരുമ

## പൊക്കാളി കൃഷി

**ആ**റന്മുള കണ്ണാടിക്കും ആലപ്പുഴ കയറിനുമൊപ്പമാണ് പൊക്കാളി കൃഷിക്കും ഭൗമ സൂചിക സർട്ടിഫിക്കറ്റ് ലഭിച്ചത്. കാലാവസ്ഥയെ ആശ്രയിച്ചുമാത്രമാണ് പൊക്കാളി കൃഷി. സാധാരണ നെൽവിത്ത് നനച്ച് 24 മണിക്കൂർ കഴിഞ്ഞാൽ മുളപൊട്ടാൻ തുടങ്ങും. എന്നാൽ പൊക്കാളി നെൽവിത്ത് നനച്ച് വാഴയിലയിലോ, തേക്കിലയിലോ പൊതിഞ്ഞു കുട്ടയിൽ വെച്ചാൽ രണ്ടാഴ്ച വരെ മുളപൊട്ടാതിരിക്കും. വിതയ്ക്കുന്നതിന് 12 മണിക്കൂർ മുമ്പ് ഒന്നുകൂടി നനച്ചുവെച്ചാൽ മതി.

ഒരു പൂനെല്ലും ഒരു പൂമീനും എന്നതാണ് പൊക്കാളി കൃഷിയുടെ വിജയ രഹസ്യം. മാർച്ച് 31 നുതന്നെ വയലുകളിൽ മത്സ്യകൃഷി അവസാനിപ്പിച്ച് വെള്ളം വറ്റിച്ചു നിലമൊരുക്കാൻ തുടങ്ങും. ഏപ്രിലിലെ കൊടും വെയിലിൽ മണ്ണ് വരണ്ടുണങ്ങണം. അപ്പോൾ മത്സ്യകൃഷിയുടെ ഭാഗമായുള്ള മാലിന്യങ്ങൾ വെയിലിൽ പൊടിഞ്ഞ് മണ്ണുമായി ചേരും. പിന്നീട് മണ്ണുണങ്ങിയാൽ ഉഴുതുമറിക്കും. വേനൽ മഴയിൽ മണ്ണിലെ ഉപ്പുരസം ഇല്ലാതാകുന്നതോടുകൂടി മണ്ണ് വിത്ത് സ്വീകരിക്കാൻ തയ്യാറാകും.

ഒരടി അകലത്തിലാണ് ഞാറ് പറിച്ചു നടുന്നത്. ഒരു ചുവടിൽനിന്നും 20–30 നാമ്പുകൾ വളരും. പ്രത്യേകിച്ച് വളം വേണ്ട.

സൂര്യൻ ഉത്തരാർദ്ധ ഗോളത്തിൽ നില്ക്കുന്ന കാലത്താണ് കൃഷിയെന്നതിനാൽ കൂടുതൽ സമയം സൂര്യപ്രകാശം ലഭിക്കും. പ്രകാശസംശ്ലേഷണം കൂടും. അതിനാൽ ഉല്പാദനവും അധികമുണ്ടാകും. ഇതിന്റെ അരിക്ക് ഞവര അരിയുടെ അഞ്ചിരട്ടി ഔഷധ ഗുണമുണ്ട്. തവിടിനും ഏറെ ഔഷധ മൂല്യമുണ്ട്.

എറണാകുളം ജില്ലയുടെ തീരപ്രദേശത്തും ആലപ്പുഴ, തൃശൂർ ജില്ലയുടെ ഏതാനും ഭാഗങ്ങളിൽ മാത്രവുമാണ് കേരളത്തിന്റെ ഈ വിശേഷപ്പെട്ട പൊക്കാളി കൃഷിയുള്ളത്.

## ഞവര

കേരളത്തിലെ ആയുർവ്വേദ ചികിത്സയിൽ ഏറെ പ്രശസ്തമാണ് ഞവരച്ചോറ്. ശരീരത്തിലെ ചതവിന് ഞവരച്ചോറുക്കിഴി പണ്ടുതൊട്ടേ ആയുർവ്വേദ ആചാര്യന്മാർ ചെയ്തുവരുന്നുണ്ട്. ഇന്ന് പല ആയുർവ്വേദ കമ്പനിക്കാരും ഞവരക്കിഴിക്ക് 10,000/- ലേറെ രൂപയാണ് ഫീസ് ഇടാക്കുന്നത്. എന്നാൽ ജൈവകൃഷിരീതിയിൽ തയ്യാറാക്കുന്ന ഞവരയുടെ മേന്മ വളരെ വലുതാണ്.

സാധാരണ നെൽകൃഷിക്ക് ചെയ്യുന്നതുപോലെ നിലം ഉഴുത് ജൈവവളം ചേർക്കുകയാണ് ആദ്യം ചെയ്യുന്നത്. പച്ചിലകളും ചാണകവുമാണ് സാധാരണയായി അടിസ്ഥാന വളമായി ചേർക്കുന്നത്. വിതച്ച് ഒരു മാസമായ ഞവരയ്ക്ക് മണ്ണിര കമ്പോസ്റ്റ് നല്കുന്നതുവഴി ഞവരയുടെ ഉല്പാദനശേഷി കൂടുന്നുവെന്നാണ് ഞവരകർഷകർക്കിടയിൽ പറഞ്ഞു കേൾക്കുന്നത്. രാസവളവും രാസകീടനാശിയും ഞവര കൃഷിക്ക് പറ്റില്ല. കാരണം, മികച്ച ഞവരച്ചോറിനു മാത്രമേ മികച്ച രോഗശാന്തി നല്കാനാവുന്നുള്ളൂ.

ഒരു കാലത്ത് കേരളത്തിൽ ഞവര നെൽകൃഷി പാടങ്ങൾ ധാരാളമുണ്ടായിരുന്നു. ആയുർവ്വേദ ചികിത്സയ്ക്കാണ് അന്ന് ഞവര അരി പ്രധാനമായും ഉപയോഗിച്ചിരുന്നത്. ഞവരക്കിഴിയുടെ മേന്മ പിന്നീട് കടൽ കടന്നും പ്രചരിച്ചപ്പോൾ ഞവരനെൽ ആവശ്യത്തിന് കിട്ടാതെയായി. ഇതോടെ പല പുതുതലമുറകർഷകരും ഞവര കൃഷിയിലേക്ക് തിരിഞ്ഞു. ഇപ്രകാരം ഞവര കൃഷിയിലേക്ക് തിരിഞ്ഞ ഒരാളാണ് പാലക്കാട് ജില്ലയിലെ ചിറ്റൂർ സ്വദേശി നാരായണൻ ഉണ്ണി. ഇദ്ദേഹം എട്ടേക്കർ സ്ഥലത്താണ് ഞവര നെൽകൃഷി ചെയ്തുവരുന്നത്. ലോകത്തിലെ തന്നെ ഏറ്റവും വലിയ ജൈവ ഔഷധ നെല്പാടമാണ് തന്റേതെന്ന് ഇദ്ദേഹം അവകാശപ്പെടുന്നു (ഹരിതഭൂമി- ജൂലൈ 2006)

## കുരുമുളക്

ഇന്ത്യയിലെ അതിപുരാതനവും ഏറ്റവും പ്രധാനപ്പെട്ടതുമായ ഒരു സുഗന്ധവിളയാണ് കുരുമുളക്. നമ്മുടെ പശ്ചിമഘട്ട പ്രദേശങ്ങളിൽ കുരുമുളക് ഒരു കാട്ടുചെടിയായി വളരുന്നുണ്ട്. മലബാറിലുള്ള മലയോര പ്രദേശങ്ങളിൽ കുരുമുളകിന്റെ വന്യഇനങ്ങൾ ധാരാളമായി ഉണ്ട്. ഇന്ത്യയിൽ കേരളം, മഹാരാഷ്ട്ര, മൈസൂർ, ആസാം എന്നീ സംസ്ഥാനങ്ങളിൽ കുരുമുളക് കൃഷിചെയ്യുന്നുണ്ട്. എന്നാൽ, കേരളം കുരുമുളക് കൃഷിയിൽ

ഏറെ മുന്നിലാണ്. "കറുത്ത പൊന്ന്" എന്നാണ് കേരളത്തിൽ കുരുമുളക് അറിയപ്പെടുന്നത്. ആഗോള വിപണിയിൽ കേരളത്തിൽനിന്നുമുള്ള കുരുമുളകിന് ആവശ്യക്കാർ ഏറെയുണ്ട്.

മാവ്, പ്ലാവ്, പൂവരശ്, പേഴ് മുതലായ മരങ്ങളുടെ ചുവട്ടിലാണ് കുരുമുളക് വള്ളികൾ നടുന്നത്. ദക്ഷിണായന കാലത്തെ തെക്കൻ വെയിലിന്റെ ചൂട് കുരുമുളക് കൊടിക്ക് താങ്ങാനാവില്ല. അതിനാൽ തെക്കുപടിഞ്ഞാറൻ ദിശയിൽ കുരുമുളകുകൊടി നടാറില്ല. ഓരോ കുഴികളും കുറച്ചു മേൽ മണ്ണിട്ടു നിറച്ചതിനുശേഷം മൂന്നോ, നാലോ തലകൾ വീതം നടുന്നു. വള്ളികളുടെ രണ്ട് മുട്ടുകളെങ്കിലും മണ്ണിനടിയിൽ ആകത്തക്ക രീതിയിൽ വള്ളികളുടെ ചുവടു വളച്ച് മണ്ണിട്ടുറപ്പിക്കുന്നു. നട്ടുകഴിഞ്ഞ് മൂന്നുവർഷം പ്രായമാകുമ്പോൾ മുതൽ വിളവ് ലഭിച്ചു തുടങ്ങും. 10 വർഷമാകുമ്പോൾ ശരിയായ വിളവ് ലഭിക്കുന്നു. ജൂൺ, ജൂലൈ മാസങ്ങളിലാണ് പൂക്കുന്നത്. 8 മാസത്തിനകം മുളക് പറിച്ചെടുക്കാം. അതിനുശേഷം മൂന്നു ദിവസം നല്ല വെയിലത്തിട്ടുണക്കണം. ആഭ്യന്തര-വിദേശ വിപണികളിൽ ആവശ്യക്കാർ ഏറെയുണ്ട്. നല്ല വിലയും ലഭിക്കുന്നു.

**ഏലം**

ഇന്ത്യയിൽനിന്നും ഏറ്റവും ഒടുവിലായി ലോക പൈതൃകപ്പട്ടികയിൽ ഇടം പിടിച്ച ഒരു പ്രകൃതിദത്ത മേഖലയാണ് പശ്ചിമ ഘട്ടം. ലോകത്തെ പതിനെട്ട് ജൈവവൈവിദ്ധ്യ ഹോട്ട് സ്പോട്ടുകളിൽ ഒന്നാണ് ഇത്. പ്രാചീനകാലം മുതൽതന്നെ നമുക്ക് വിദേശനാണ്യം നേടിത്തരുന്ന ഒരു പ്രധാന സ്രോതസ്സ് പശ്ചിമഘട്ടത്തിലെ സുഗന്ധ ദ്രവ്യങ്ങളുടെ കയറ്റുമതിയായിരുന്നു. ഇതിൽ ഏറെ മുന്നിൽ നില്ക്കുന്ന ഒരു സുഗന്ധ വിളയാണ് ഏലം. ലോക വിപണിയിലുള്ള ഏലത്തിന്റെ 90 ശതമാനവും ഇന്ത്യയാണ് സംഭാവന ചെയ്യുന്നത്. ഗുണത്തിലും മണത്തിലും ഒന്നാമതാണ് നമ്മുടെ ഏലം. ഇന്ത്യയിലാകെയുള്ള ഏല കൃഷിയുടെ 75% വും കേരളത്തിലാണ്. കേരളത്തിൽ നെല്ലിയാംപതി, വയനാട് മുതലായ സ്ഥലങ്ങളിലും കോട്ടയം - എറണാകുളം ജില്ലകളിലെ മലമ്പ്രദേശങ്ങളിലും ഏലം കൃഷിചെയ്തുവരുന്നു.

ഏലത്തിന് ശരിയായ ഈർപ്പവും തണലും ആവശ്യമാണ്. നീർവാർച്ചയുള്ള മണ്ണാണ് ഉത്തമം. മണ്ണിന് നല്ല ഫലപുഷ്ടിയുണ്ടായിരിക്കേണ്ടതാണ്. നല്ല താഴ്ചയുള്ളതും കല്ലും ചരലുമില്ലാത്തതുമായ മണ്ണാണ് നല്ലത്. നല്ല നീർവാർച്ചയുള്ള വന പ്രദേശങ്ങളിലെ പശിമരാശി മണ്ണാണ് ഏറ്റവും നല്ലത്. ഇടുക്കി ജില്ലയിലെ വണ്ടൻമേട്, പുളിയൻ മല പ്രദേശം ഏലം കൃഷിക്ക് ഉത്തമമാണ്.

മലബാർ, മൈസൂർ, വഴുക്ക തുടങ്ങിയ ഇനങ്ങളാണ് പരമ്പരാഗതമായി കൃഷി ചെയ്തുവരുന്നത്. ഇടുക്കിയിലെ ഏലം കർഷകൻ കണ്ടെ

ത്തിയ ഞള്ളാനി ഏലവും ഇപ്പോൾ പ്രചാരത്തിലുണ്ട്.

രുചിക്കൂട്ടുകളിൽ ഒഴിച്ചുകൂടാൻ പറ്റാത്ത ഒരു ഘടകമാണ് ഏലം. ഔഷധ നിർമ്മാണത്തിനും ഏലം ഉപയോഗിച്ചുവരുന്നു.

## കറുവപ്പട്ട

കറികൾക്ക് ആസ്വാദ്യത കൂട്ടുന്നതിനുള്ള പ്രകൃതിയുടെ വരദാനമാണ് കറുവപ്പട്ട. പുരാതനകാലം മുതൽക്കുതന്നെ ലോകപ്രസിദ്ധിയാർജ്ജിച്ച ഈ സുഗന്ധദ്രവ്യം കേരളത്തിൽ ഉണ്ടായിരുന്നു. നമ്മുടെ *അഷ്ടാംഗ ഹൃദയത്തി*ലും ആയുർവ്വേദത്തിലും ഇതിന്റെ മാഹാത്മ്യത്തെക്കുറിച്ച് രേഖപ്പെടുത്തിയിട്ടുണ്ട്.

8 മീറ്റർ മുതൽ 10 മീറ്റർ വരെ ഉയരത്തിൽ വളരുന്നു. ഇതിന്റെ ചില്ലകളുടെ തൊലി സംസ്കരിച്ചെടുക്കുന്നതാണ് കറുവപ്പട്ട. നീണ്ടുനില്ക്കുന്ന വരൾച്ചയും അധികമായ തണലും ഇതിന്റെ വളർച്ചയ്ക്കു പറ്റിയതല്ല. ജൂലൈ, ആഗസ്ത് മാസങ്ങളിലാണ് ഇതിന്റെ കായ്കൾ പഴുത്ത് കൊഴിഞ്ഞു തുടങ്ങുന്നത്. ഇത് ഒന്നോ രണ്ടോ ദിവസം തണലിൽ കൂട്ടി വെച്ചതിനുശേഷം കായുടെ പുറം തൊലിയും മാംസളഭാഗവും വെള്ളത്തിൽ കഴുകി അതിലെ ഭാരമുള്ള വിത്തുകൾ തെരഞ്ഞെടുത്ത് അപ്പോൾ തന്നെ കൃഷിയിടത്തിൽ നടാം.

ചെടികൾക്ക് രണ്ടോ മൂന്നോ വർഷം പ്രായമാകുമ്പോൾ രണ്ടു മീറ്ററോളം ഉയരത്തിൽ വളരുന്നു. ഈ സമയത്ത് ചെടിയുടെ തായ്ത്തണ്ടും ശിഖരങ്ങളും മുറിച്ച് വളർച്ച നിയന്ത്രിക്കാം. ചെടിയുടെ ചുവട്ടിൽനിന്നും 15 സെ. മീറ്റർ ഉയരത്തിൽ വച്ചാണ് തായ് തണ്ടുകൾ മുറിക്കുന്നത്. ഒരു വർഷംകൊണ്ട് കൂടുതൽ ശിഖരങ്ങൾ ഈ കുറ്റിയിൽനിന്നും വളരും. അതിൽ മൂന്നോ, നാലോ ശിഖരങ്ങൾ തൊലി പൊളിച്ചെടുക്കുന്നതിന് തയ്യാറാകും. ആദ്യത്തെ വിളവെടുപ്പ് മെയ് മാസത്തിലും രണ്ടാമത്തേത് നവംബറിലും നടത്തുന്നു.

വയറുകടി, ഛർദ്ദി ഇവയ്ക്ക് ഉത്തമമായ ഒരു ഔഷധമാണിത്. കറുവപ്പട്ടയുടെ എണ്ണ പല്ലുവേദനയ്ക്ക് നല്ലൊരു മരുന്നാണ്. വാതരോഗികൾക്ക് ഈ എണ്ണ തേച്ച് രോഗശാന്തി നേടാം. മാംസകറികൾക്കും ബിരിയാണിക്കും ഒഴിച്ചുകൂടാനാവാത്തതാണ് കറുവപ്പട്ട. ആഗോള വിപണിയിൽ കേരളത്തിൽനിന്നുമുള്ള കറുവപ്പട്ട ഏറെ മുന്നിലാണ്.

## ഇഞ്ചിപ്പുല്ല് തൈലം

ഇന്ത്യയിൽനിന്നും കയറ്റി അയയ്ക്കുന്ന സുഗന്ധതൈലങ്ങളിൽ പ്രഥമസ്ഥാനത്തായിരുന്നു ഇഞ്ചിപ്പുല്ല് തൈലം. കേരള ഭാഷാ ഇൻസ്റ്റിറ്റ്യൂട്ട് പ്രസിദ്ധീകരിച്ച *വിള പരിപാലനം* (ജി രാമചന്ദ്രപിള്ള) എന്ന കൃതിയിൽ ഇപ്രകാരം പറയുന്നുണ്ട്. “ലോകത്ത് ഉല്പാദിപ്പിക്കുന്ന ഇഞ്ചിപ്പുൽ

തൈലത്തിന്റെ 85% ഇന്ത്യയിൽനിന്നുമാണ്. അതിൽ 75% ഇഞ്ചിപ്പുൽതൈലം ഉല്പാദിപ്പിക്കുന്നതും കേരളത്തിൽനിന്നുമാണ്."

കേരളത്തിലെ എല്ലാ സ്ഥലങ്ങളിലും ഇഞ്ചിപ്പുല്ല് കൃഷി നടക്കുന്നുണ്ടെങ്കിലും പ്രധാനമായും കുന്നത്തുനാട്, മൂവാറ്റുപുഴ, മീനച്ചൽ, തൊടുപുഴ, ദേവികുളം, ചിത്തിരപുരം, കൊച്ചി, കണയന്നൂർ, മുകുന്ദപുരം എന്നീ സ്ഥലങ്ങളിലാണ് ധാരാളമായി കൃഷി ചെയ്യുന്നത്. കേരളത്തിന് വിദേശ നാണ്യം നേടിത്തരുന്ന ഒരു പ്രധാന വസ്തുവാണ് പുൽതൈലം.

തരിശായി കിടക്കുന്നതും വളം അധികമില്ലാത്തതുമായ കുന്നിൻ ചെരുവുകളിലാണ് ഇഞ്ചിപ്പുല്ല് കൃഷിചെയ്യുന്നത്. നീർവാർച്ചയുള്ള ലോം മണ്ണും ചരൽ പ്രദേശങ്ങളുമാണ് കൃഷിക്ക് ഏറ്റവും അനുയോജ്യം മണ്ണിന്റെ ഗുണമനുസരിച്ച് അവിടെനിന്ന് ലഭിക്കുന്ന പുൽത്തൈലത്തിനും ഗുണവ്യത്യാസമുണ്ട്. ഫലപുഷ്ടി കൂടിയ മണ്ണിൽനിന്നും കിട്ടുന്ന പുല്ലിലെ തൈലത്തിൽ സിട്രാൾ(Citrol) കുറവായിരിക്കും. മണൽ, ചരൽ, ചെങ്കൽ പ്രദേശങ്ങളിൽ ഉണ്ടാകുന്ന പുല്ലിൽ കൂടുതൽ തൈലവും തൈലത്തിൽ കൂടുതൽ സിട്രാൾ അംശവും അടങ്ങിയിരിക്കും.

പുല്ലുനട്ടതിനുശേഷം 80 ദിവസം കഴിഞ്ഞാൽ ഇല അരിഞ്ഞെടുത്ത് തൈലമാക്കാം. വീണ്ടും 45 ദിവസം ഇടവിട്ട് ഇതാവർത്തിക്കാം. പുല്ലിന് മൂപ്പുകൂടുകയാണെങ്കിൽ പുൽത്തൈലത്തിന്റെ അളവ് കുറയും. സുഗന്ധദ്രവ്യങ്ങൾ, സോപ്പ്, മരുന്നുകൾ, ജീവകം എ ഇവ ഉല്പാദിപ്പിക്കുന്നതിനുള്ള സിട്രാൾ ഈ ഇഞ്ചിപ്പുൽ തൈലത്തിൽ ധാരാളമാണ്.

## പ്ലാവ്

കേരളത്തിന്റെ രണ്ടാമത്തെ കല്പതരുവാണ് പ്ലാവ്. ആഗോളതാപനത്തിനും ഭക്ഷ്യസുരക്ഷയ്ക്കും മനുഷ്യൻ ഉറ്റുനോക്കുന്നതും പ്ലാവിനെയാണ്. അതിപ്രാചീന കാലം മുതൽ കേരളത്തിൽ പ്ലാവുകളുണ്ട്. തമിഴ്നാട്ടിൽനിന്നും ലോഡുമായി വരുന്ന ലോറികൾ തിരിച്ചുപോകുന്നത് നിറയെ ചക്കയുമായാണ്. തമിഴ്നാട്ടിൽ ചക്കയ്ക്ക് നല്ല വിലയും ലഭ്യമാണ്.

പ്ലാവിന്റ ഇല ആടുകൾക്ക് ഏറെ ഇഷ്ടപ്പെട്ട തീറ്റയാണ്. ചക്കയുടെ മടൽ കാലികൾക്ക് ഇഷ്ടപ്പെട്ട ആഹാരമാണ്. പ്ലാവിന്റെ തടി വീടുപണിക്കും ഗൃഹോപകരണങ്ങൾ ഉണ്ടാക്കുന്നതിനും ഉപയോഗിച്ചുവരുന്നു.

ചക്കയുടെ പോഷക മൂല്യവും ശുദ്ധീകരണ ശേഷിയും രോഗങ്ങളെ അകറ്റി നിർത്തുന്നതിനും കാൻസർ പോലുള്ള മാരക രോഗങ്ങളെ ഒഴിവാക്കാൻ സാധിക്കുന്നതുമാണ്. ജീവിതശൈലീരോഗങ്ങൾക്ക് കാരണക്കാരനായ ഗ്ലൂട്ടൻ എന്ന പ്രോട്ടീൻ ചക്കയിൽ ഇല്ലാത്തത് വലിയൊരു അനുഗ്രഹമാണ് മനുഷ്യരാശിക്ക്. പൊട്ടാസിയത്തിന്റെ വർദ്ധിത സാന്നിദ്ധ്യവും ആന്റി ഓക്സിഡൻസിന്റെ പ്രാബല്യംകൊണ്ടും പ്രതിരോധ

ശേഷി കൂട്ടാനുള്ള കഴിവ് ചക്ക ഭക്ഷിക്കുന്നതിലൂടെ മനുഷ്യന് ലഭിക്കുന്നു. പ്രമേഹം ശമിക്കുന്നതിന് പച്ചച്ചക്ക കഴിച്ചാൽ മതിയെന്നതാണ് അടുത്ത കാലത്തെ കണ്ടെത്തൽ.

വരിക്ക, കൂഴ, നാവരിക്ക, താമരച്ചക്ക എന്നിങ്ങനെ ചക്കയിലും വൈവിദ്ധ്യങ്ങൾ ഏറെയുണ്ട്. എന്നാൽ ഗുണത്തിൽ എല്ലാം ഒന്നിനൊന്ന് മികച്ചതാണ്. ഇടിച്ചക്ക മുതൽ പഴം വരെ വ്യത്യസ്ത വിഭവങ്ങളായി മൂല്യവർദ്ധന നടത്താം. ചക്കക്കുരു പൊടിച്ച് അതുപയോഗിച്ച് പലഹാരങ്ങൾ ഉണ്ടാക്കാം. ചക്കയുടെ വേസ്റ്റ് കാലികൾക്ക് നല്കാം. ചുരുക്കത്തിൽ കേരളത്തിന്റെ ഈ പൈതൃക വൃക്ഷം വരുമാനമുള്ള നല്ലൊരു വിളയാണെന്ന കാര്യത്തിൽ സംശയം വേണ്ട.

## മരോട്ടി

കേരളത്തിൽ പരമ്പരാഗതമായി കാണുന്ന മരമാണ് മരോട്ടി. നമ്മുടെ ചില സ്ഥലനാമങ്ങളും തറവാടുകളും ഇതിന് വ്യക്തത നല്കുന്നു. തൃശൂർ ജില്ലയിലെ 'മരോട്ടിചാൽ' എറണാകുളം ജില്ലയിലെ 'മരോട്ടി തോട്' ചില ഹൈന്ദവ കുടുംബങ്ങളിലെ 'മരോട്ടിത്തറ' തറവാട് ഇവയെല്ലാം ഈ വ്യക്തതയ്ക്കു പിന്നിലുണ്ട്.

ആലപ്പുഴയിലെ ആറന്മുള ഗ്രാമത്തെ ലോകപ്രശസ്തമാക്കിയത് ആ ഗ്രാമത്തിലെ ഒരു കുടുംബക്കാർ നിർമ്മിച്ചു വന്നിരുന്ന ആറന്മുള കണ്ണാടിയാണ്. ഈ കണ്ണാടി നിർമ്മിതിയിലെ ഒരു പ്രധാന ചേരുവയാണ് മരോട്ടി എണ്ണ.

പ്രാചീന കേരളത്തിൽ ജനങ്ങളെ ഏറെ ക്ലേശിപ്പിച്ച ഒരു രോഗമായിരുന്നു കുഷ്ഠം. അക്കാലത്ത് കുഷ്ഠ രോഗത്തിനുള്ള ഏക മരുന്ന് മരോട്ടി എണ്ണയായിരുന്നു.

മരോട്ടി എണ്ണയെടുത്തുകഴിഞ്ഞാൽ കിട്ടുന്ന പിണ്ണാക്ക് സസ്യങ്ങൾക്ക് ഏറെ ഫലപ്രദമായ ഒരു ജൈവവളമാണ്. അതോടൊപ്പം, വിളകളെ ദോഷംചെയ്യുന്ന കൃമികളെ ഇതുവഴി അകറ്റി നിർത്തുവാനും കഴിയുന്നു.

കുരുമുളക് കർഷകർ ഏറെ ഭയത്തോടെ കാണുന്നതാണ് ദ്രുത വാട്ടം എന്ന കുമിൾരോഗം. ഈ കുമിൾ തന്നെ തെങ്ങിന്റെ കുമ്പുചീയലിനും കമുകിലെ മഹാളി രോഗത്തിനും കൊക്കോയിലെ കായ് കൊഴിച്ചിലിനും റബ്ബറിലെ ഇലപൊഴിച്ചിലിനും കാരണമാകുന്നു. ഇതിനൊരു നല്ല പ്രതിവിധിയാണ് പശുവിൽ മൂത്രത്തിൽ ലയിപ്പിച്ച മരോട്ടി എണ്ണ.

മരോട്ടി എണ്ണയുടെ പ്രത്യേക സിദ്ധി അതിനെ മരയുരുപ്പടികളുടെ രക്ഷാകവചമായി മാറ്റുന്നു. കാളവണ്ടി, മരച്ചക്ക് എന്നിവയിൽ മരത്തിന് അധികം തേയ്മാനം വരാതിരിക്കാൻ മരോട്ടി എണ്ണയാണ് ഘർഷണ ഭാഗത്ത് പുരട്ടുന്നത്.

സന്ധ്യക്ക് മരോട്ടിത്തോടിൽ മരോട്ടി എണ്ണ ഒഴിച്ച് തിരിയിട്ടു കത്തിക്കുന്ന രീതിയും (കാർത്തിക വിളക്ക്) നമുക്കിടയിലുണ്ട്. ഇങ്ങനെ മരോട്ടി ജൈവ കേരളത്തിന്റെ ചൈതന്യമായി കേരളത്തെ ലോകത്തിനു മുന്നിലെത്തിച്ചിരിക്കുകയാണ്. (N.B സംസ്ഥാന ജൈവവൈവിദ്ധ്യബോർഡ് ഗ്രന്ഥകർത്താവിന്റെ *മരോട്ടി* പുസ്തകം സൗജന്യമായി വിതരണം ചെയ്യുന്നുണ്ട്).

**കണിക്കൊന്ന**

കേരളത്തിന്റെ ആസ്ഥാന പുഷ്പവും മേടമാസത്തെ സൗന്ദര്യവുമാണ് കൊന്നപ്പൂവ്. മറ്റേതുപൂവിനേയും വെല്ലുന്ന മഞ്ഞയുടെ നിറച്ചാർത്ത്. വിഷുവിന്റെ വരവ് അറിയിച്ചുകൊണ്ട് പ്രകൃതിയൊരുക്കുന്ന മഞ്ഞച്ചാർത്ത്! വിഷുക്കണിക്ക്, വിഷുപ്പുലരിക്ക് ഒഴിവാക്കാൻ പറ്റാത്ത മലയാളികളുടെ പ്രിയപ്പെട്ട പുഷ്പം. ഇലകൾ പൊഴിഞ്ഞ് നിറയെ പൂക്കളുമായി നില്ക്കുന്ന കണിക്കൊന്ന കേരളത്തിലെത്തുന്ന വിനോദ സഞ്ചാരികളെ സന്തോഷഭരിതരാക്കുന്നു.

കൊന്ന പൂക്കുമ്പോൾ വിഷുപ്പക്ഷി മലയാളി കർഷകരെ പാട്ടുപാടി പാടത്തേക്കാനയിക്കും– "വിത്തും കൈക്കോട്ടും." ഇതു കേട്ടാൽ കർഷക ബാല്യം പ്രതികരിക്കും "ഓകെ; ഞങ്ങൾ പുറപ്പെട്ടു."

കണിക്കൊന്നയുടെ പൂവും തൊലിയും ഫലവും ഇലയും പലതരം ത്വക്ക് രോഗങ്ങൾക്കും ഒരു പ്രതിവിധിയാണ്. കണിക്കൊന്നയുടെ പൂവ് പനി, കുഷ്ഠം, ത്വക്ക് രോഗങ്ങൾ, പിത്തം ഇവ മാറ്റും. ശരീരത്തിലുണ്ടാകുന്ന പൂപ്പൽ രോഗങ്ങൾക്ക് നല്ല പ്രതിവിധി. പൂവും ഇലയും തൊലിയും ചേർത്തരച്ച് ലേപനം ചെയ്താൽ ശരീരത്തിലെ പാടുകൾ ഇല്ലാതാകും.

വിഷുപ്പുലരിയെ സ്വീകരിക്കാൻ കേരളീയർ മത്സരിച്ച് നല്ല വിലകൊടുത്തുവാങ്ങുന്ന പുഷ്പമാണ് കൊന്നപ്പൂവ്. അതിനാൽ കൊന്ന കൃഷി ഏറെ ആദായകരമാണ്. സൂര്യപ്രകാശമുള്ളതും നീർവാർച്ചയുള്ളതുമായ സ്ഥലത്ത് കൊന്ന കൃഷിചെയ്യാം. ഒരടി ആഴത്തിൽ കുഴിയെടുത്ത് നന്നായി ജൈവവളം ഇട്ട് കൊന്നത്തൈ നടാം.

**കേരളത്തിലെ സസ്യ കൂട്ടായ്മകൾ**

1. ദശ പുഷ്പങ്ങൾ : പൂവ്വാങ്കുറുന്നില, മുയൽചെവി, വിഷ്ണുക്രാന്തി, കറുക, കയ്യൂണ്ണി, ഉഴിഞ്ഞ, തിരുതാളി, നിലപ്പന, മുക്കുറ്റി, ചെറുള.
2. ദശമൂലം : കുമിഴ്, കൂവളം, പാതിരി, പലകപ്പയ്യാനി, മൂഞ്ഞ, ഓരില, മൂവില, ചെറു വഴുതിന, പുത്തരിച്ചുണ്ട, ഞെരിഞ്ഞിൽ.
3. പഞ്ചകോലം : തിപ്പലി, കാട്ടുതിപ്പലി, കാട്ടുമുളക്, കൊടു

വേലി, ചുക്ക്.

4. ത്രികടു : ചുക്ക്, മുളക്, തിപ്പലി.
5. ത്രിഫല : കടുക്ക, നെല്ലിക്ക, താന്നിക്ക.
6. അഷ്ടചൂർണ്ണം : ചുക്ക്, മുളക്, തിപ്പലി, അയമോദകം, ജീരകം, കരിഞ്ചീരകം, കായം, ഇന്തുപ്പ്.
7. നാൽപ്പാമരം : അത്തി, ഇത്തി, അരയാൽ, പേരാൽ.
8. അരിയാറ് : ഏലത്തരി, കടുകപ്പാലരി, കാർകോകിലരി, കൊത്തമ്പാലരി, ചെറുപുന്നയരി, വീഴാലരി.
9. താളി ഇനങ്ങൾ : വെട്ടി ഇല, കുറുന്തോട്ടി, ഉമ്മത്തിൻ ഇല, കുഞ്ഞുണ്ണിയില, ചെമ്പരത്തിയില, നീരോലി ഇല, ഇഞ്ച, ഉലുവ, വെള്ളിലത്താളി, ചെറുപയർ പൊടി, മൈലാഞ്ചി ഇല, കറിവേപ്പില, പച്ചമഞ്ഞൾ, അകിൽ എണ്ണ, വാകത്തോല്.
10. കൂണുകൾ : വയ്ക്കോൽ കൂൺ, അരികൂൺ, അണ്ണക്കാൽ കൂൺ, പെരുക്കാൻ കൂൺ.

## വെളിപ്രദേശസസ്യങ്ങൾ

പാൽമുളക്, പുളിയാറൽ, പൂവാങ്കുറിന്നിൽ, മുക്കുറ്റി, വിഷ്ണുക്രാന്തി, വെള്ളപ്പെള്ളച്ചെടി, ചെറുകടലാടി, കരിമ്പോള, ഐവിരൽക്കോവ, കടലകം, വേലിപ്പരുത്തി, അഴുകണ്ണി, കീഴാർ നെല്ലി, കുറുന്തോട്ടി, മുള്ളൻ ചീര, തുവര, നീർപ്പോള, തുമ്പ, ആമത്താൾ, എലച്ചെവിയൻ, പർപ്പടകപ്പുല്ല്, അവങ്ക, തഴുതാമ, കയ്പൻ പടവലം, കാക്കപ്പോള, ചാർപ്പുല്ല്, മുഞ്ഞപ്പുല്ല്, കുശപ്പുല്ല്, മുത്തങ്ങപ്പുല്ല്, പച്ചക്കുരു, നായ്ക്കരുമ്പ്, ഏരകപ്പുല്ല്, കറുകപ്പുല്ല്, കവരപ്പുല്ല്, ജലതിപ്പലി, വയൽച്ചുള്ളി, പാടവള്ളി. തൊട്ടാവാടി, കടലാടി.

**ധാന്യങ്ങൾ** : നെല്ല്, കൂവരക്, ചോളം, വരാക്, ചാമ
**പയർ വിളകൾ** : ഉഴുന്ന്, ചെറുപയർ, മുതിര, തുവരപ്പയർ, പെരുംപയർ
**കിഴങ്ങു വിളകൾ** : മരച്ചീനി, ചേമ്പ്, ചേന, ഉരുളക്കിഴങ്ങ്, ചീനിക്കിഴങ്ങ്, മുള്ളങ്കി, കാച്ചിൽ, ശീമമുള്ളങ്കി, കാരറ്റ്.
**പച്ചക്കറി വിളകൾ** : വഴുതന, തക്കാളി, മുളക്, ചീര, വെണ്ട, പാവൽ, ചുരയ്ക്ക, പടവലങ്ങ, പീച്ചിങ്ങ, കുമ്പളങ്ങ, കോവൽ, മുരിങ്ങ, ബീൻസ്, ബീറ്ററൂട്ട്, കാബേജ്, കാരറ്റ്, കോളിഫ്ളവർ, അമര, തൈക്കുമ്പളം, ഉള്ളി, മത്തൻ, വെള്ളരി

## പഴവർഗ്ഗവിളകൾ

വാഴ, ശീമച്ചക്ക, മലമുന്തിരി, കശുമാങ്ങ, സീതപ്പഴം, മുന്തിരിങ്ങ, പേരയ്ക്ക, ചക്ക, ഇലന്ത, നാരങ്ങ, ചെറുനാരങ്ങ, മാങ്ങ, മാംഗോസ്റ്റീൻ, പപ്പായ, കൈതച്ചക്ക, മാതളനാരങ്ങ, സപ്പോട്ട, ഓറഞ്ച്, ബംബ്ലിമാസ്, ഞാവൽ, ചാമ്പയ്ക്ക, ആത്ത.

## സുഗന്ധവിളകൾ

മഞ്ഞൾ, കൊത്തമല്ലി, കടുക്, ജീരകം, കുരുമുളക്, വെളുത്തുള്ളി, ഇഞ്ചി, ഏലം, തിപ്പലി, ജാതിക്ക, കറുവപ്പട്ട, ഗ്രാമ്പു, ആൾസ്പൈസ്, പെരുഞ്ചീരകം

## എണ്ണവിളകൾ

തേങ്ങ, എള്ള്, നിലക്കടല, കടുക്, ആവണക്ക്, എണ്ണപ്പന, മരോട്ടി.

പാനീയ വിളകൾ : കാപ്പി, തേയില, കൊക്കോ

പച്ചിലവളച്ചെടികൾ : ശീമക്കൊന്ന, കിലുക്കി, കാട്ടുചണമ്പ്, കാലപ്പഗോണിയം, കുഡ്സുപയർ, കൊഴിഞ്ഞി

തീറ്റപ്പുല്ലുകൾ : കറുക, നേപ്യർ, കുതിരപ്പുല്ല്, പാരപ്പുല്ല്, കുഡ്സു.

# 7

# പൂവിരിയുന്നു എല്ലായ്പ്പോഴും

**വ**ർണ്ണ പുഷ്പങ്ങൾ സുഗന്ധവും മധുവും പേറി ആർത്തുല്ലസിക്കുന്ന നാടായിരുന്നു പ്രാചീന കേരളം. അന്ന് ഏതുകാലത്തും ഏതു സമയത്തും എവിടെയും പൂക്കൾ വിരിഞ്ഞു നിന്നിരുന്നു. എല്ലാ കാലങ്ങളിലും ഒരു ദിവസത്തിന്റെ ഓരോ പ്രത്യേക സമയങ്ങളിലും വികാസം കൊള്ളുന്ന പുഷ്പങ്ങൾ! അക്കാലത്ത്, നയനാനന്ദകരമായ നിറങ്ങളും ശബ്ദങ്ങളുമുള്ള ധാരാളം പക്ഷികൾ പൂക്കളുടെ തോഴിമാരായി പറന്നു നടന്നിരുന്നു. നാനാവിധ വർണ്ണ ശലഭങ്ങളും പൂക്കളുമായി ബന്ധപ്പെട്ട് മധുനുകരുകയും പരാഗണത്തിന് സഹായിക്കുകയും ചെയ്തിരുന്നു.

നിശാഗന്ധിപ്പൂക്കൾപോലെ രാത്രിയിൽ പുഷ്പിക്കുന്ന പൂക്കൾ സുഗന്ധം ചൊരിഞ്ഞ് തങ്ങളുടെ സാന്നിദ്ധ്യം ശലഭങ്ങളെ അറിയിക്കുന്നു. ഇരുട്ടിൽ ഈ പൂക്കളെ കണ്ടെത്താൻ എളുപ്പത്തിനായി അവയ്ക്കെല്ലാം പ്രകൃതി വെളുപ്പുനിറം നല്കിയിരിക്കുന്നു. പുലർകാലങ്ങളിലും പകലിന്റെ വിവിധ സമയങ്ങളിലും പുഷ്പിക്കുന്ന ധാരാളം പുഷ്പങ്ങൾ! വേനലിലും വർഷത്തിലും മഞ്ഞുകാലത്തും മാത്രം പുറത്തു കാണുന്നവ വേറെ. ഇങ്ങനെ അതാതു കാലങ്ങളിലും സമയങ്ങളിലും പൂത്തുലഞ്ഞു നില്ക്കുന്ന പുഷ്പങ്ങൾക്കൊപ്പം സല്ലാപം നടത്തുവാൻ നിശാശലഭങ്ങളും, തുമ്പികളും, വിവിധ വർണ്ണങ്ങളിലുള്ള ശലഭങ്ങളും അക്കാലത്ത് സുലഭമായിരുന്നു. ഇവയ്ക്കെല്ലാം വിരുന്നൂട്ടാൻ തയ്യാറായി നില്ക്കുന്ന സപുഷ്പികളായ സസ്യങ്ങളും ധാരാളം.

ഭൂമിയെ നിറങ്ങളുടെ നിറഭൂമിയാക്കാൻ മറ്റെന്തു വേണം? കാട്ടിലും നാട്ടിലും തോട്ടിലും കായലിലും എല്ലാം ഈ വർണ്ണമേളങ്ങൾ!

കാടിനെ നിറമണിയിക്കാൻ ധാരാളം പൂമരങ്ങൾ ഉണ്ടായിരുന്നു. പ്ലാവ്, എരുക്ക്, മുരുക്ക്, മണിമരുത്, കരിവേലം, ചുവന്ന മന്ദാരം, അത്തപ്പാല,

അപ്പക്കടുക്ക, കടശം, ചെമ്പകം, മലന്തെല്ലി, വെള്ളച്ചെമ്പകം, സരൾമരം, മയിലം പാല, അരിവേലം, ഇലഞ്ഞി, സ്പാത്തോഡിയ, ഇലവ്, അശോകം, വാക തുടങ്ങിയവ അവയിൽ ചിലതു മാത്രമാണ്. കാടിനടിത്തട്ടിൽ ശല ഭങ്ങൾക്ക് മധുനുകരാൻ മേന്തോന്നി, ഉഷമലരി, നെല്ലിത്താളി, ഉമ്മം, കാട്ടു മുല്ല, വാഴപ്പൂച്ചെടി, കള്ളിച്ചെടികൾ, കാട്ടുചേമ്പുകൾ, മരവാഴകൾ, വന്യ ഓർക്കിഡുകൾ തുടങ്ങിയ ധാരാളം പൂച്ചെടികൾ. ഇതിനു പുറമെയാണ് കാട്ടാറുകളിലെ കുളവാഴ, കാക്കപ്പോള, ചെന്താമര, ചിറ്റാമ്പൽ, സീതാ മ്പൽ തുടങ്ങിയ മനോഹര പൂക്കളെ വിരിയിക്കുന്ന ജല സസ്യങ്ങൾ.

നട്ടു വളർത്താതെ, പൈതൃകമായി നമ്മുടെ നാട്ടിൽ നിലനിന്നു വരുന്ന നാട്ടുപൂക്കളും നിരവധിയാണ്. ഇവയും ഭൂമിയെ വർണ്ണമണിയി ക്കുന്നവയും ചില പ്രത്യേക ധർമ്മങ്ങളും മേന്മകളും ഉള്ളവയുമാണ്. മുക്കുറ്റി, തുമ്പ, കിലുക്കി, തൊട്ടാൽവാടി, കൂത്താടിച്ചി, ശാശ്വത പുഷ്പം, നീലക്കുറിഞ്ഞി തുടങ്ങിയവ ഈ ഗണത്തിൽപ്പെട്ടവയാണ്.

ഇങ്ങനെ നമ്മുടെ രാജ്യത്ത് ജനിക്കുകയും വികസിക്കുകയും നില നില്ക്കുകയും ചെയ്യുന്ന പൈതൃക സസ്യങ്ങളും പുഷ്പങ്ങളും നിരവ ധിയാണ്. ഭൂമിക്ക് നിറമുള്ള നിത്യവസന്തമൊരുക്കുന്നത് ഇവയാണ്. നമു ക്കഭിമാനിക്കാവുന്ന പ്രാചീന കേരളത്തിന്റെ നിറം ചാലിച്ച ജൈവ പൈതൃകമാണിത്.

## നീലകുറിഞ്ഞി

12 വർഷത്തിലൊരിക്കൽ പൂക്കുകയും നശിക്കുകയും ചെയ്യുന്നു എന്നതാണ് ഇതിന്റെ പ്രത്യേകത. ദേവികുളം താലൂക്കിലെ ആനമുടി താഴ്വരകളിലെ മലകളിലാണ് ഇപ്പോൾ ഇവയുള്ളത്.

നമ്മുടെ പൂന്തോട്ടങ്ങളെ അലങ്കരിക്കുന്ന ധാരാളം പൂവിനങ്ങൾ, അവ നമ്മുടെ പൂർവ്വിക സസ്യ പരമ്പരയിൽപ്പെട്ടവയാണ്. ഭൂമിക്ക് വർണ്ണ -ആവാസ വ്യവസ്ഥയൊരുക്കുന്ന കേരളത്തിന്റെ പൈതൃക സസ്യജന ങ്ങളാണവ. ഇവയിൽ പലതും ഔഷധമായും, ഭക്ഷ്യവസ്തുവായും, പൂജാ പുഷ്പമായും, കീടനാശിനിയായും, രാസ-വാസന ദ്രവ്യ നിർമ്മാണ വസ്തുവായും ഉപയോഗിക്കുന്നവ കൂടിയാണ്. ചെമ്പരത്തി, കുടമുല്ല, പത്തുമണി പൂവ്, നാലുമണി പൂവ്, അരളി, ഗന്ധരാജൻ, നിശാഗന്ധി, കണിക്കൊന്ന, നിത്യകല്യാണി, ശംഖുപുഷ്പം, ഓർക്കിഡ്, കോഴിപ്പൂവ്, റോസ്, സൂര്യകാന്തി, കാശിത്തുമ്പ, വള്ളിത്തെറ്റി, പൂച്ചവാലി, തെറ്റി, പിച്ചി, മന്ദാരം, ജമന്തി, കനകാംബരം, പവിഴമല്ലി, രാജമല്ലി, ചെമ്പകം, വാടാ മല്ലി, ചെയ്ഞ്ചിങ് റോസ, ആന്തൂറിയം, കിങ്ങിണിപ്പൂവ്, മുസാണ്ട തുട ങ്ങിയവ ഈ ഗണത്തിൽപ്പെടുന്നവയാണ്.

പുരാണങ്ങളുമായി ബന്ധപ്പെട്ട നമ്മുടെ നിരവധി പുഷ്പങ്ങൾക്ക് വളരെയേറെ വർഷങ്ങളിലെ പൈതൃക പാരമ്പര്യമാണുള്ളത്. കല്യാണ

സൗഗന്ധികം, ശിംശപ, കൈതപ്പൂ, കദംബം, അശോകം, പാല ഇവയാണ് ഈ വിഭാഗത്തിൽപ്പെടുന്നവ.

തൃശൂർ ജില്ലയിലെ ആമ്പല്ലൂരിന് ആ പേര് കൈവരുവാൻ കാരണം, ആ പ്രദേശത്തെ കുളങ്ങളിൽ ആമ്പൽപ്പൂക്കൾ നിറഞ്ഞുനിന്നിരുന്നതു കൊണ്ടായിരുന്നു.

**ദശപുഷ്പങ്ങൾ**

കേരളത്തിൽ ഏറെ കാണപ്പെടുന്ന പത്ത് ഔഷധ സസ്യങ്ങളാണ് ദശപുഷ്പങ്ങൾ എന്ന പേരിലറിയപ്പെടുന്നത്. പല ആയുർവ്വേദ മരുന്നുകൂട്ടുകളിൽ ദശപുഷ്പങ്ങളിൽ ചിലതെങ്കിലും ഉണ്ടായിരിക്കും. അഷ്ടമംഗല്യത്തിലെ ഒഴിച്ചുകൂടാനാവാത്ത ആ ദശപുഷ്പങ്ങളെ നമുക്ക് കൈവിടാതിരിക്കാം.

1. മുക്കുറ്റി : തണലും ഈർപ്പവുമുള്ള വന്യ പ്രദേശങ്ങളിൽ ധാരാളമായി കാണപ്പെടുന്ന ഒരു ചെറു ചെടിയാണിത്. ഇതിന്റെ ഇല അരച്ച് മുറിവിൽ പുരട്ടുന്നത് പഴമക്കാർക്കിടയിൽ ഇന്നും ഉണ്ട്. ശ്വാസകോശ സംബന്ധമായ രോഗങ്ങൾക്കും മുക്കുറ്റിയില തേനിൽ ചാലിച്ച് കഴിക്കാറുണ്ട്. വളം കടിക്ക് ഇതിന്റെ ഇല അരച്ച് പുരട്ടുന്നു.
2. ഉഴിഞ്ഞ : കേരളത്തിൽ ധാരാളമായി കാണപ്പെടുന്ന ഒരു വള്ളിച്ചെടിയാണ് ഉഴിഞ്ഞ. സാപ്പിൻഡേസിയേ കുടുംബത്തിലെ അംഗമാണിത്. കേശവർദ്ധനയ്ക്കുള്ള നീലഭൃംഗാദി എണ്ണയുടെ നിർമ്മാണത്തിന് ഒഴിച്ചുകൂടാനാവാത്തതാണിത്.വാതരോഗത്തിന് ഉത്തമ പ്രതിവിധിയായും ഉഴിഞ്ഞ ഉപയോഗിക്കപ്പെടുന്നു.
3. മുയൽച്ചെവിയൻ : ഇതിന്റെ ഇലകൾക്ക് മുയലിന്റെ ചെവിയോട് സാമ്യമുണ്ട്. കമ്പോസിറ്റേ കുടുംബത്തിൽപ്പെട്ട ഒരു ചെടിയാണിത്. ഇതിന്റെ ഇല പരലുപ്പും ചേർത്ത് ടോൺസിലൈറ്റിസ് ഉള്ള ഭാഗത്ത് പുരട്ടിയാൽ അസുഖത്തിന് ശമനം കിട്ടും. ഉദരകൃമി നശിക്കുന്നതിനും ഇല ഉത്തമമാണ്.
4. ചെറുള : അമരാന്തേസിയേ കുടുംബത്തിൽപ്പെട്ടതാണ് ഈ ചെടി. മൂത്രാശയരോഗങ്ങൾ ശമിക്കാൻ ചെറുള ഉപയോഗിച്ചു വരുന്നു. ചെറുള ഇല ചെവിയിൽ വെച്ച് നടക്കുന്നത് ആയുസ്സിനെ

കൂട്ടും എന്ന ഒരു വിശ്വാസവും ഉണ്ട്.

5. കയ്യോന്നി : കമ്പോസിറ്റേ കുടുംബത്തിൽപ്പെട്ട ഒരു ചെടിയാണ് കയ്യോന്നി. ഇതുപയോഗിച്ച് ഉണ്ടാക്കുന്ന എണ്ണ കണ്ണിന്റെ ആരോഗ്യത്തിനും തലമുടിയുടെ കൊഴിച്ചിലിനും സ്ത്രീകൾ ഉപയോഗിച്ചു വരുന്നു.
6. തിരുതാളി : കൺവോൾവുലേസിയേ കുടുംബത്തിൽപ്പെട്ട, ഒരു പടർച്ചെടിയാണിത്. സ്ത്രീകളിലെ വന്ധ്യതാ ചികിത്സയ്ക്ക് തിരുതാളി ഉപയോഗിച്ചു വരുന്നു.
7. കറുക : പൊയേസിയേ കുടുംബത്തിൽപ്പെടുന്ന ഒരു പുല്ലിനമാണിത്. മുറിവുകളിൽനിന്നും രക്തം ഒഴുകുമ്പോൾ അത് തടയുവാനായി കറുക അരച്ചുകെട്ടുന്നു. നാഡീബലം വർദ്ധിപ്പിക്കുന്നതിനും കറുകനീര് ഉത്തമമാണ്.
8. പൂവാം കുരുന്നില: കമ്പോസിറ്റേ കുടുംബത്തിൽപ്പെടുന്ന ഒരു ചെടി. പനിബാധിച്ചവർക്ക് പൂവാം കുരുന്നില സമൂലം ഉപയോഗിച്ചാൽ പനിയിൽനിന്നും രക്ഷപ്പെടാം. അമിത രക്തസ്രാവത്തിനും പിരിമുറുക്കം ഒഴിവാകുന്നതിനും പൂവാം കുരുന്നില ഉത്തമമാണ്.
9. വിഷ്ണുക്രാന്തി : നിലത്ത് പടർന്നു വളരുന്ന ഒരു ചെടിയാണിത്. കൺവോൾവുലേസിയേ കുടുംബത്തിൽപ്പെടുന്നു. തലച്ചോറു സംബന്ധമായ അസുഖങ്ങൾക്ക് ഉത്തമമാണ്. അമിതരക്തപ്രവാഹം, നാഡീ, ആമാശയ സംബന്ധമായ രോഗങ്ങൾക്ക് ഇത് ഉത്തമമാണ്.
10. നിലപ്പന : പല അസുഖങ്ങൾക്കുമുള്ള ആയുർവ്വേദ മരുന്നുകൂട്ടുകളിൽ ഇന്ന് നിലപ്പന ഉപയോഗിച്ചു വരുന്നുണ്ട്. ഒരു കാലത്ത് കേരളത്തിൽ ഇത് ധാരാളമായി കണ്ടിരുന്നു. ഇന്നും നിലപ്പന നമ്മോടൊപ്പമുണ്ട്. നാം ഇനിയെങ്കിലും അതിന്റെ സംരക്ഷണം ഉറപ്പുവരുത്തണം.

# 8

# മാനത്തെ നിറച്ചാർത്തുകൾ

**വി**ശാലമായ തന്റെ പാടശേഖരങ്ങളിൽ നെൽ ചെടികൾക്കൊപ്പം നിന്നിരുന്ന ഏതാനും വൃക്ഷങ്ങളെ കർഷകൻ വെട്ടിമാറ്റി. അങ്ങനെ ആ വൃക്ഷങ്ങൾ നിന്നിരുന്ന സ്ഥലത്തുകൂടി നെല്ല് കൃഷിചെയ്തു. പക്ഷേ, ആ വർഷം പതിവിന് വിപരീതമായി നെല്ലിന് വലിയതോതിൽ കീടബാധയുണ്ടായി. വൃക്ഷങ്ങൾ നിന്നിരുന്നപ്പോൾ അതിൽ ഇരുന്നിരുന്ന പക്ഷികൾ കീടങ്ങളെയാണ് ഭക്ഷിച്ചിരുന്നത്. ഇത് കീടബാധയെ ഒരു പിരിധി വരെ തടയുകയും ചെയ്തു. എന്നാൽ, മരങ്ങൾ വെട്ടി മാറ്റിയപ്പോൾ പക്ഷികൾക്ക് ഇരിക്കാൻ ഇടമില്ലാതായി. അവ മറ്റു വൃക്ഷങ്ങളിലേക്ക് ഇരിപ്പ് മാറ്റി. ഇത് വയലിൽ കീടബാധ അധികമാകാൻ കാരണമായി.

ഡോഡോ പക്ഷികൾ വ്യാപകമായി ഉന്മൂലനം ചെയ്യപ്പെട്ടപ്പോൾ കാൽവരി വൃക്ഷങ്ങൾ അന്യം നിന്നതും ഇവിടെ ശ്രദ്ധേയമാണ്.

ലോകത്താകെ 9700 ജാതി പക്ഷികൾ ഉണ്ടെന്നാണ് ഒരു ഏകദേശ കണക്ക്. ഇതിൽ ഭൂരിഭാഗം പക്ഷി ഇനങ്ങളും നിലനില്പിന് ക്ലേശിക്കുകയാണ്. ഇവയിൽ മുന്നൂറോളം ഇനങ്ങൾ വംശനാശ ഭീഷണിയെ നേരിട്ടുകൊണ്ടിരിക്കുകയാണ്. ചില പക്ഷി ഇനങ്ങൾ ഭൂമുഖത്തുനിന്നും എന്നേക്കുമായി നഷ്ടപ്പെട്ടുകഴിഞ്ഞു. നമ്മുടെ നാട്ടിലും ധാരാളം പക്ഷികൾ ഇപ്രകാരം അന്യം നില്ക്കാൻ പോകുകയാണ്. തീർച്ചയായും അതിന്റെ ദുരന്തം ഏറ്റവാങ്ങുന്നത് കാർഷികമേഖലയായിരിക്കും. അതോടെ ജീവിവർഗ്ഗം വിശപ്പിന്റെ ഭവിഷ്യത്ത് തിരിച്ചറിയും. ഇപ്രകാരമൊരു ദുരന്തം ഭൂമിയിൽ സംഭവിക്കാതിരിക്കാൻ ആദ്യം ചെയ്യേണ്ടത് പക്ഷികളെ നിലനിർത്തുകയാണ്. ഇപ്രകാരം നാം നിലനിർത്തേണ്ട പക്ഷിവർഗ്ഗങ്ങളെ ഒന്നു പരിചയപ്പെടാം.

## മരംകൊത്തി(Woodpecker)

സസ്യങ്ങൾക്ക് പ്രയോജനം ചെയ്യുന്ന ഒരു പക്ഷിയാണ് മരംകൊത്തി. വൃക്ഷങ്ങളിലെ കൃമി കീടങ്ങളെ തിന്നു ജീവിക്കുന്നവയാണിവ. വൃക്ഷങ്ങളിൽ കുത്തനെ അള്ളിപ്പിടിച്ചിരിക്കാൻ പാകത്തിലുള്ള നീണ്ടുനിവർന്ന വിരലുകളും ഇവയുടെ പ്രത്യേകതയാണ്. കടുപ്പമുള്ള തടി കുത്തിപ്പൊളിക്കാൻ പാകത്തിലുള്ള ചുണ്ടുകളാണ് ഇവയുടേത്. കേരളത്തിൽ 11 ഇനം മരംകൊത്തികളുണ്ട്. ഇവയിൽ ഏറ്റവും ചെറുതിനെ തണ്ടാൻ മരംകൊത്തി എന്നാണറിഞ്ഞുവരുന്നത്.

## പരുന്ത്(Kite)

കേരളത്തിൽ പ്രധാനമായും ആറിനം പരുന്തുകളെയാണ് കണ്ടുവരുന്നത്. കൃഷ്ണപ്പരുന്ത്, ചക്കിപ്പരുന്ത്, പ്രാപ്പിടിയൻ, വെള്ളി എറിയൻ, മലമ്പുള്ള്, കരിമ്പരുന്ത് എന്നിവയാണവ. കിന്നരി പരുന്തും മീൻ പരുന്തുമാണ് കേരളത്തിൽ കാണുന്ന വലിയ പരുന്തുകൾ. എല്ലാ ഇനം പരുന്തുകളുടെയും പ്രിയപ്പെട്ട ഭക്ഷണം എലികളാണ്. അതിനാൽ പരുന്തുകൾ കർഷകരുടെ സുഹൃത്തുക്കൾ കൂടിയാണ്. എന്നാൽ വളർത്തു പക്ഷികളെയും റാഞ്ചിയെടുക്കാൻ ഇവർ മിടുക്കന്മാരാണ്.

### മൈന

സംസാരശേഷിയുള്ളവയാണിവ. നാട്ടുമൈന, ചെങ്കണ്ണൻ മൈന, കിന്നരിമൈന, കാട്ടു മൈന എന്നിവയാണ് പ്രധാന ഇനങ്ങൾ. ഇവ കൂടൊരുക്കാറില്ല. മരംകൊത്തിയുപേക്ഷിച്ച കൂട്ടിലാണിവ മുട്ടയിടുക.

കണ്ണിനു ചുറ്റും മഞ്ഞ ചർമ്മവും മഞ്ഞച്ചുണ്ടും ഉള്ളവയാണ് നാട്ടുമൈനകൾ. സംസാരശേഷിയിൽ മുമ്പന്മാരായ കാട്ടുമൈനകൾക്ക് മഞ്ഞ അടയാളം കണ്ണിന്റെ ഭാഗത്തുനിന്നും പിൻകഴുത്തിലേക്ക് നീണ്ട് 'U' ആകൃതിയിൽ കാണപ്പെടുന്നു. നാട്ടുമൈനയുടെ കാപ്പി നിറത്തിനു പകരം ഇരുണ്ട നിറമാണ് കാട്ടുമൈനയ്ക്ക്.

### തേൻകുരുവി

പൂന്തേൻ നിരന്തരമായി ആഹരിക്കാൻ ഇവ പൂവിൽനിന്നും പൂവിലേക്ക് പറന്നുകൊണ്ടിരിക്കും. പ്രകൃതിയിൽ സസ്യപരാഗണം സാദ്ധ്യമാക്കുന്നതിൽ വളരെ പ്രധാനമായ പങ്കുവഹിക്കുന്ന ഒരു പക്ഷിയാണിത്. തേൻ നുകരാൻ പാകത്തിൽ നീണ്ടുവളഞ്ഞതും നേർത്തതുമായ ചുണ്ടുകളാണ് ഇവയുടേത്. ഒരു സെക്കന്റിൽ പത്തു പൂവുകളിലെ തേൻനുകർന്ന് പരാഗണം സാദ്ധ്യമാക്കാൻ ഇവയ്ക്കാകും. പ്രഭാതങ്ങളെ ശ്രവണസുന്ദരശബ്ദം ചാർത്തിയുണത്തുന്നവരാണ് തേൻകുരുവികൾ. പ്രകൃതിയിൽ 167 ജാതി തേൻ കുരുവികളുണ്ടെന്നാണ് കരുതുന്നത്. ഇതിൽ 15 ൽപ്പരം ഇനങ്ങൾ നമ്മുടെ നാട്ടിൽ സുലഭമാണ്.

### കുയിൽ

പുള്ളിക്കുയിലും കരിങ്കുയിലുമാണ് സാധാരണയായി കേരളത്തിൽ കണ്ടുവരുന്നത്. ഇവ യഥാക്രമം പെൺ, ആൺ ഇനങ്ങളാണ്. കൂട്ടുകൂടുന്നതും അടയിരിക്കുന്നതും ഇഷ്ടപ്പെടാത്ത ഇവ കാക്കക്കൂട്ടിൽ മുട്ടയിട്ടാണ് വംശം നിലനിർത്തുന്നത്. കുയിലുകൾ പൊതുവെ നിലത്തിറങ്ങാറില്ല. കീടങ്ങളും പഴങ്ങളുമാണ് ഭക്ഷണം.

### ശരപ്പക്ഷി

കൂർത്ത അറ്റമുള്ള ചിറകുകളും വാലും ഈ പക്ഷിയുടെ ഒരു പ്രത്യേകതയാണ്. കേരളത്തിൽ കണ്ടുവരുന്ന ശരപ്പക്ഷി ഇനങ്ങൾ വെള്ള വയറൻ, മുൾവാലൻ, അമ്പലം ചുറ്റി ഇവയാണ്. ഇവയുടെ കാലുകൾക്ക് നീളം കുറവാണ്. വളരെ കുറുകിയ കൊക്ക് ഇവയുടെ മറ്റൊരു പൊതു സ്വഭാവമാണ്. പ്രാണികളും, ശലഭങ്ങളും തുമ്പികളുമാണ് ഇവയുടെ ഭക്ഷണം.

### വേലിത്തത്ത

നീണ്ടുകൂർത്ത കൊക്ക് ഈ ഇനത്തിന്റെ ഒരു പ്രത്യേകതയാണ്. പ്രാണികളെ ഭക്ഷിച്ചാണ് ഇവ വിശപ്പടക്കുന്നത്. വേലികളോടുചേർന്ന് കണ്ടുവന്നിരുന്നതുകൊണ്ട് ഇവ വേലിത്തത്ത എന്നാണറിയുന്നത്.

### വേഴാമ്പൽ

കേരളത്തിന്റെ ഔദ്യോഗികപക്ഷിയാണ് ഇത്. മലമുഴക്കി വേഴാമ്പൽ, കോഴിവേഴാമ്പൽ, പാണ്ടൻ വേഴാമ്പൽ എന്നീ ഇനങ്ങളെ കേരളത്തിൽ കണ്ടുവരുന്നു. കടും മഞ്ഞ കൊക്കും മകുടവും മലമുഴക്കി വേഴാമ്പലിന്റെ പ്രത്യേകതയാണ്. പഴങ്ങൾക്കു പുറമെ പ്രാണികളേയും കീടങ്ങളേയും ഇവ ഭക്ഷിക്കുന്നു.

### കുട്ടുറുവൻ

കുട്രൂ-കുട്രൂ എന്നു പാടി നടക്കുന്ന പക്ഷിയാണിത്. പഴഭോജികളാണിവർ. മൃദുതടി വൃക്ഷങ്ങളിൽ സ്വയമുണ്ടാക്കുന്ന ദ്വാരത്തിലാണിവ മുട്ടയിടുക. പച്ചഉടലും ചുവപ്പോ, തവിട്ടോ മുഖമുള്ള നാടൻ പക്ഷികളാണിവ.

### കുരുവി

കേരളത്തിൽ സർവ്വസാധാരണ കണ്ടുവരുന്ന പക്ഷിയാണ് കുരുവി. ഇവ നിരവധി ഇനങ്ങളുണ്ട്. 10 സെ. മീറ്റർ മാത്രം നീളമുള്ള പൊടിക്കുരുവികളും ഇക്കൂട്ടത്തിലുണ്ട്. നല്ലപോലെ പാട്ടുപാടുന്ന ഇനവുമുണ്ട്. ഈറ്റക്കുരുവി ഈ വിഭാഗത്തിൽപ്പെടുന്നു. ഈ വിഭാഗത്തിൽപ്പെട്ട ചതുപ്പു

കുരുവികൾക്ക് എഴുപതിലധികം പക്ഷികളുടെ സ്വരം അനുകരിക്കാനാവും.

**മുണ്ടി**

ആഴംകുറഞ്ഞ ജലാശയങ്ങളിൽ പാകത്തിലുള്ള ശരീരഘടനയുള്ള പക്ഷികളാണ് മുണ്ടികൾ. മുണ്ടിൽ ഏറ്റവും വലിയ ഇനത്തെ ചാരമുണ്ടി എന്നാണ് വിളിച്ചുവരുന്നത്. ഏറ്റവും ചെറുതിനെ ചിന്നകൊക്ക് എന്നും വിളിച്ചു വരുന്നു. കുളകൊക്ക്, പാതിരാ കൊക്ക് ഇവയും മുണ്ടി വിഭാഗത്തിൽപ്പെടുന്നവയാണ്.

**ഓലേഞ്ഞാലി**

ഒരു കാലത്ത് കേരളത്തിൽ സർവ്വത്ര കണ്ടുവന്നിരുന്ന ഒരു പക്ഷിയാണ് ഓലേഞ്ഞാലി. പുൽച്ചാടികളേയും തുമ്പികളേയും ഇവ ഭക്ഷിക്കുന്നു. ഇവ ഇലകളിൽ തൂങ്ങിക്കിടന്ന് അന്നം തിരയുകയാണ് ചെയ്യുന്നത്. ഇവ സ്വയം കൂട് നിർമ്മിച്ച് അതിലാണ് മുട്ടയിടുന്നത്.

**നീർക്കാക്ക**

ഏറെ പഴക്കം ചെന്ന പക്ഷി ഇനമാണിത്. നീർക്കാക്ക, ചെറിയ നീർക്കാക്ക, വലിയ നീർക്കാക്ക എന്നിങ്ങനെ മൂന്ന് ഇനങ്ങൾ ഇന്നും കേരളത്തിലുണ്ട്. കൊക്കുകൾക്കും കൊറ്റികൾക്കും ഒപ്പമാണ് ഇവ കൂടൊരുക്കുന്നത്. മീനാണ് ഇവയുടെ പ്രധാന ഭക്ഷണം.

**ഫാൽക്കൺ**

'ഫാൽക്കൺ' എന്നറിയപ്പെടുന്ന ഈ പക്ഷി നമ്മുടെ നാട്ടിൽ 'പുള്ള്' എന്ന പേരിലും അറിയുന്നു. ഇവ പല ഇനങ്ങൾ ഉണ്ട്. നമ്മുടെ നാട്ടിൽ പ്രധാനമായും മൂന്നിനങ്ങളെയാണ് കണ്ടുവരുന്നത്. വിറയൻ പുള്ള്, ചെന്തലയൻ പുള്ള്, ചെമ്പുള്ള് ഇവയാണവ. കായൽ ആവാസ വ്യവസ്ഥ ഇഷ്ടപ്പെടുന്ന ഒരിനം കൂടിയുണ്ട്. കായൽപ്പുള്ള് എന്നാണിവ അറിയപ്പെടുന്നത്. 180 കി. മീറ്റർ വേഗത്തിൽ കൂപ്പുകുത്തി ഇരയെ റാഞ്ചാൻ ഇവയ്ക്ക് കഴിയും.

**മണ്ണാത്തിക്കിളി**

മണ്ണിൽ ജീവിക്കാൻ ഇഷ്ടപ്പെടുന്നവയാണിവ. കോഴികളെപ്പോലെ കൊത്തിയും പെറുക്കിയും ചെറു പ്രാണികളെ അകത്താക്കിയുമാണ് ഇവ വിശപ്പടക്കുന്നത്. ഇവ നന്നായി പാടും.

**മൂങ്ങ**

എലികളെ ഭക്ഷിച്ച് കർഷകനെ സഹായിക്കുന്ന ഒരു പക്ഷിയാ

ണിത്. 180° തിരിയുന്ന തലയാണിവയുടേത്. മുന്നിലുള്ള ഇരയെ വളരെ വ്യക്തമായി കാണാൻ സാധിക്കും വിധം പരന്ന മുഖമാണ് ഇവയുടേത്.

**കുളക്കോഴി**

കുളങ്ങൾ, വയലുകൾ ഇവയ്ക്കു സമീപം കണ്ടുവരുന്ന ഒരു പക്ഷിയാണ് കുളക്കോഴി. പ്രാണികൾ, തവളക്കുഞ്ഞുങ്ങൾ, ഒച്ചുകൾ, ധാന്യങ്ങൾ ഇവയാണ് ഇവയുടെ ഭക്ഷണം. മുഖം മുതൽ മാറുവരെയുള്ള വെളുത്ത നിറം ഇവയുടെ പ്രത്യേകതയാണ്.

**ചെമ്പോത്ത്**

എലികളേയും പാമ്പുകളേയും ഭക്ഷിക്കുന്നവയാണിവ. ഇവയുടെ ശരീരം കറുത്തിട്ടാണെങ്കിലും ചിറകുകൾക്ക് മങ്ങിയ ചെങ്കൽനിറമാണുള്ളത്. കാട്ടിലും മേട്ടിലും പതുങ്ങി നടന്നാണ് ഇവ ഇരപിടിക്കുന്നത്. ഉപ്പൻ എന്ന പേരിലും ചെമ്പോത്ത് അറിയപ്പെടുന്നു.

തെക്കൻ കേരളത്തിൽ കണ്ടൽക്കാടുകളിലും അവയുടെ പരിസര പ്രദേശങ്ങളിലും നീർകാക്ക, വെള്ള കൊക്ക്, ചേരക്കോഴി, പാതിരാ കൊക്ക് എന്നീ പക്ഷികളെ കണ്ടുവരുന്നു. ശൈത്യകാലത്ത് കേരളത്തിന്റെ പല ഭാഗങ്ങളിലും എരണ്ടപ്പക്ഷികളെ കാണാം. പച്ച എരണ്ട, വെള്ളിക്കണ്ണി എരണ്ട, വരി എരണ്ട, സൂചിവാലൻ എരണ്ട തുടങ്ങിയവ അവയിൽ ചിലതാണ്.

കേരളത്തിലുടനീളം കാണപ്പെടുന്ന മറ്റൊരു പക്ഷിയാണ് കൃഷ്ണപ്പരുന്ത്. കേരളത്തിന്റെ കരിമ്പനത്തോട്ടങ്ങളിൽ കണ്ടുവരുന്ന ഒരു പക്ഷിയിനമാണ് 'പനങ്കൂളൻ'. കോഴികളെപ്പോലെ കേരളത്തിലെ നിലങ്ങളിൽ ചുറ്റിനടന്ന് ഇരതേടുന്ന മറ്റൊരു പക്ഷിയാണ് കാവി. മലയാള ഗാനങ്ങളിൽ ഇടം നേടിയിട്ടുള്ള പക്ഷിഇനങ്ങളാണ് മാടത്ത, മഞ്ഞക്കിളി ഇവ.

പാലക്കാട്ട് വളരെ പരിമിതമായി മാത്രം കഴുകന്മാരെ കണ്ടുവരുന്നുണ്ട്. കാക്കയും, കുയിലും, കാക്കത്തമ്പുരാട്ടിയും, ചെമ്പോത്തും കേരളത്തിൽ സുലഭമായി കണ്ടുവരുന്ന പക്ഷികളാണ്.

മൈന, നാട്ടുവേഴാമ്പൽ, കൂമൻ ഇവ മരപ്പൊത്തുകളിൽ മുട്ടയിട്ട് കുഞ്ഞുങ്ങളെ വളർത്തുന്നവയാണ്. മലമുഴക്കി, മരംകൊത്തി, മണ്ണാത്തിപ്പുള്ള്, ബുൾബുൾ, ഓലേഞ്ഞാലി, മീൻകൊത്തിച്ചാത്തൻ, തുന്നാരൻ, സൂചിമുഖി, വേലിത്തത്ത, ചക്കിപ്പരുന്ത്, കുഞ്ഞാറ്റക്കിളി, കുളകൊക്ക്, ശരപ്പക്ഷി, വവ്വാൽ, പ്രാവ്, കൊക്ക് ഇവയും കേരളത്തിൽ കണ്ടുവരുന്ന പക്ഷികളാണ്.

അയ്യോ, അയ്യോ എന്നു വിലപിച്ചു പറക്കുന്ന മീൻ പരുന്ത്, ചൂളമടിക്കുന്ന 'മാച്ചുകിളി', നൃത്തം ചവിട്ടുന്ന മയിൽ, പാട്ടുപാടികളായ ചുള്ളിചിലപ്പൻ, കരിങ്കിളി ഇവയും നമ്മുടെ പ്രകൃതിയെ ധന്യമാക്കുന്ന പക്ഷികളാണ്.

'വിത്തും കൈക്കോട്ടും' എന്നു പാടി കർഷകരെ ഉണർത്തുന്ന പക്ഷിയും 'കള്ളൻ ചക്കീട്ടു, കണ്ടാൽ മിണ്ടണ്ട, കൊണ്ടും പൊക്കോട്ടെ' എന്നു പാടി പറക്കുന്ന സരോപദേശ പക്ഷിയും കേരളത്തിൽ ഉണ്ട്.

# 9

# ചൈതന്യം തുളുമ്പുന്ന ജലാശയങ്ങൾ

സഹ്യ പർവ്വതത്തിൽനിന്നും ഉത്ഭവിച്ച് പടിഞ്ഞാറോട്ടൊഴുകി അറബിക്കടലിൽ പതിക്കുന്ന 41 നദികളും സഹ്യപർവ്വതത്തിൽനിന്നും കിഴക്കോട്ടൊഴുകി തമിഴ് നാട്ടിലേക്ക് പ്രവേശിക്കുന്ന രണ്ടു നദികളും (പാമ്പാർ, ഭവാനി) കർണ്ണാടകയിലേക്ക് പ്രവേശിക്കുന്ന ഒരു നദിയും (കബനി) കൂടി മൊത്തം 44 നദികൾ ഒഴുകിക്കൊണ്ടിരിക്കുന്ന നാടാണ് കേരളം. ഇതിനു പുറമെ 50,000 ത്തോളം വരുന്ന ചെറുതും വലുതുമായ കുളങ്ങളും ടാങ്കുകളും തടാകങ്ങളും കേരളത്തിന് സ്വന്തമായുണ്ട്. ഈ ഉൾനാടൻ ജലാശയങ്ങൾക്കു പുറമെ 84 അഴി– പൊഴി പ്രദേശങ്ങളും 590 കിലോമീറ്റർ നീളത്തിലുള്ള കടൽക്കരയിൽനിന്നും 22 കിലോമീറ്റർ ഉള്ളിലേക്കുള്ള തീരക്കടൽ പ്രദേശങ്ങളും ഈ കൊച്ചുകേരളത്തിന് സ്വന്തമായുണ്ട്. ഇതുകൊണ്ടുതന്നെ വൈവിദ്ധ്യമാർന്ന മത്സ്യസമ്പത്തിൽ ഏറ്റവും സമ്പന്നമായ നാടും കേരളമാണ്.

കേരളത്തിലെ ഉൾനാടൻ മത്സ്യങ്ങളെ പ്രധാനമായി മൂന്നായിതിരിക്കാം. ജലത്തിന്റെ അടിത്തട്ടിലോ ചെളിയിലോ വസിക്കുന്ന മത്സ്യങ്ങൾ, ഇടത്തട്ടിൽ വസിക്കുന്ന മത്സ്യങ്ങൾ, ജലോപരിതലത്തോടടുത്ത് വസിക്കുന്ന മത്സ്യങ്ങൾ ഇവയാണവ.

ജലത്തിന്റെ അടിത്തട്ടിൽ വസിക്കുന്ന മത്സ്യങ്ങൾക്ക് തൊലിക്ക് കട്ടി കൂടും. തൂക്കവും കൂടും. കാളാഞ്ചി, ചെമ്പല്ലി, തെരണ്ടി, വരാൽ, കാരി, മുഷി, പൂളാൻ, കതിരാൻ, നാങ്ക്, പ്രാച്ചിൽ, ആരാൽ, മോത ഇവയാണ് കേരളത്തിലെ നദികളിലും ജലാശയങ്ങളിലും കണ്ടുവരുന്ന അടിത്തട്ടു മത്സ്യങ്ങൾ.

കേരളത്തിൽ 173 ഇനം ശുദ്ധജല മത്സ്യങ്ങളുണ്ട്. ഇതിൽ 106 ഇനം അലങ്കാര മത്സ്യങ്ങളും ബാക്കി ഭക്ഷണത്തിന് ഉപയോഗിക്കുന്നവയുമാണ്. ഇന്ത്യയിൽ ഏറ്റവും കൂടുതൽ ഇനം അലങ്കാരമത്സ്യങ്ങൾ

കാണപ്പെടുന്നത് കേരളത്തിലാണ്.

കേരളത്തിലെ ചാലക്കുടി പുഴയിൽ കാണപ്പെടുന്ന 'മിസ്കേരള' അലങ്കാര മത്സ്യത്തിന് വിപണിയിൽ നല്ല വിലയാണ്.

കോട്ടയം ഭാഗത്ത് കാണുന്ന 'ഹേറോഗ്ലാനിസ് കൃഷ്ണായ്' ആണ് കണ്ണു കാണാനാവാത്ത ഇന്ത്യയിലെ ഏക ക്യാറ്റ് ഫിഷ്.

കേരളത്തിലെ കായലുകളിലും പുഴകളിലും വസിക്കുന്ന മീനുകളിൽ ഏറ്റവും സൂത്രശാലി വരാലാണ്. വെള്ളത്തിനടിയിലെ ചെളിത്തിട്ടകളിലെ പൊത്തുകളിൽ പാർക്കുന്ന ഒരിനമാണ് 'വായംപൊത്തി' അഥവാ പൂവ്വാൻ. പകുതി നാഗജന്മത്തിലും പകുതി മത്സ്യജന്മത്തിലും ഉള്ള കേരളത്തിലെ ഒരു മത്സ്യമാണ് "മനിഞ്ഞിൽ." പുഴകളിലും അഴിമുഖങ്ങളിലും ജീവിക്കുന്ന മത്സ്യങ്ങളിൽ ഏറ്റവും ബലവാൻ "നരിമീനാണ്." ആഴച്ചാലിലൂടെ ഉയരത്തിൽ ചാടിച്ചാടി സഞ്ചരിക്കുന്ന മത്സ്യമാണ് തിരുത. തേക്കിൻ പൂക്കൾ തിന്നുന്ന ഏക മത്സ്യവും തിരുതയാണ്.

ആരൽ, ഏട്ട, കരിമീൻ, പരൽ, കണ്ണൻ, മൊയ്യ്, കടു ഇവയും നമ്മുടെ കുളങ്ങളിൽ കണ്ടുവരുന്ന ഭക്ഷ്യയോഗ്യമായ പ്രധാന മത്സ്യഇനങ്ങളാണ്.

## തനതായ അലങ്കാരമത്സ്യങ്ങൾ

നാഷണൽ ബ്യൂറോ ഓഫ് ഫിഷ് ജനറ്റിക് റിസോഴ്സസ് പശ്ചിമഘട്ടത്തിലെ (കേരളത്തിലെ) വിവിധ നദികളിൽ ഏകദേശം 235 വ്യത്യസ്തതരം മത്സ്യങ്ങളുണ്ടെന്നും ഇതിൽ 65 ൽ അധികം ഇനങ്ങൾ അലങ്കാര മത്സ്യങ്ങളായി ഉപയോഗിക്കാവുന്നതാണെന്നും കണ്ടെത്തി. അവയിൽ പ്രധാനപ്പെട്ട അലങ്കാര മത്സ്യങ്ങൾ ചുവടെ ചേർക്കുന്നു:

### 1. ചെങ്കണിയാൻ (കേരള സുന്ദരി)

നീണ്ടുരുണ്ട ശരീരവും മുൻഭാഗവും പിൻഭാഗവും വണ്ണം കുറഞ്ഞും മദ്ധ്യഭാഗം വണ്ണം കൂടിയും ഉള്ള കടഞ്ഞെടുത്ത ശരീരമാണ് ഇവയ്ക്കുള്ളത്. വർണ്ണ ശബളമായ ഈ മത്സ്യത്തിന് 25 സെന്റീമീറ്റർ വരെ നീളമുണ്ടാകും. പച്ചകലർന്ന ഇരുണ്ട നിറമാണ് ശരീരത്തിന്റെ മുകൾ ഭാഗത്തിന്. കീഴ്ഭാഗത്തിന് വെള്ളനിറവും. ശരീരത്തിന്റെ ഒരറ്റം മുതൽ മറ്റേ അറ്റംവരെ ഇരുവശങ്ങളിലുമായി നീണ്ടുകിടക്കുന്ന ഒരു കറുത്ത വരയുമുണ്ട്.

### 2. കൊടി പരൽ

വാലറ്റം ചുവപ്പും കറുപ്പും കലർന്ന നിറങ്ങളിലവസാനിക്കുന്നതു കൊണ്ടാവാം ഇവയ്ക്ക് ഈ പേര് ലഭിച്ചത്. പരന്ന ശരീര പ്രകൃതിയുള്ള ഇവ അക്വേറിയം ടാങ്കിനനുയോജ്യമായ വിധം ശാന്തശീലരാണ്.

### 3. മെലൻ ബാർബ്

ശരീരത്തിന് കുറുകെ വീതിയുള്ള മൂന്നു ബാന്റുകൾ ഉള്ളതുകൊണ്ട് വാഴയ്ക്കാവരയൻ എന്നാണ് അറിയപ്പെടുന്നത്. പരമാവധി വലിപ്പം ആറു സെന്റീമീറ്ററാണ്.

### 4. ഗാരമുള്ളിയ

കല്ലുനക്കി എന്നാണിത് അറിയപ്പെടുന്നത്. ഒഴുക്കിനെതിരെ കല്ലുകൾക്കിടയിലൂടെ ഇവ നീന്തിക്കയറും. നീണ്ട ശരീരത്തിന്റെ മുൻഭാഗം ഉരുണ്ട് പരന്നതാണ്. തവിട്ടുനിറം കലർന്ന പച്ചനിറമുള്ള ശരീരത്തിന് ഇരുവശത്തുമുള്ള മഞ്ഞവരകൾ ഇവയുടെ ആകർഷകത്വം വർദ്ധിപ്പിക്കുന്നു.

### 5. ഡാനിയൊ

ഡാനിയൊ മലബാറിക്കസ് എന്ന ശാസ്ത്രീയ നാമത്തിൽ അറിയപ്പെടുന്നു. പരമാവധിനീളം 8 സെ.മീറ്റർ. മറ്റുള്ള മത്സ്യങ്ങളുമായി സഹകരണത്തിൽ കഴിയുന്നവ. തിളങ്ങുന്ന വെള്ളികലർന്ന നീല നിറവും വശങ്ങളിൽ സ്വർണ്ണനിറത്തിലുള്ള ഡിസൈനുകളും ഈ മത്സ്യത്തെ ആകർഷകമാക്കുന്നു.

### 6. ഹിൽട്രൗട്ട്

ബറീലിയസ് ഗാട്ടെൻസിസ് എന്നാണ് ശാസ്ത്രീയ നാമം. പരമാവധി വലിപ്പം 12 സെന്റീ മീറ്റർ. ചാരനിറത്തിലുള്ള ശരീരത്തിൽ കുറുകെയുള്ള പൊട്ടുകളും വരകളും ഇതിനെ മനോഹരമാക്കുന്നു. കറുപ്പുനിറമുള്ള ചിറകുകളുടെ അറ്റം വെളുപ്പാണ്.

### 7. ചേല

പരമാവധി വലിപ്പം 6 സെ.മീറ്റർ. ശരീരത്തിനിരുവശത്തും ഒരറ്റം മുതൽ മറ്റേഅറ്റംവരെ ഇരുവശങ്ങളിലും നീണ്ടുകിടക്കുന്ന വയലറ്റ് കലർന്ന കറുത്ത വരയുണ്ട്. സദാസമയവും ജലത്തിന്റെ ഉപരിതല ഭാഗത്ത് കഴിയുന്നു.

### 8. കൊയ്മ

ലോച്ചുകൾ എന്ന പേരിലറിയപ്പെടുന്നു. പശ്ചിമഘട്ടത്തിലെ വളരെ പ്രധാനപ്പെട്ട മത്സ്യസമ്പത്താണിത്. പരമാവധി വലിപ്പം 8 സെ.മീറ്റർ. ശരീരം നീണ്ടുരുണ്ടത്. ശരീരമാസകലം പലതരം പൊട്ടുകളും വരകളും കൊണ്ട് ആകർഷകമാണ്. കറുപ്പും വെളുപ്പും കലർന്ന നിറമാണിവയ്ക്ക്. പള്ളത്തി, കരിങ്കണ, കൈപ്പ, വയമ്പ്, മാനത്തുകണ്ണി, കരിയില മത്സ്യം,

മീശപ്പറവ തുടങ്ങി ധാരാളം അലങ്കാര മത്സ്യങ്ങൾ കേരളത്തിലെ ജലാശയങ്ങളിൽ കണ്ടുവരുന്നുണ്ട്. ആഗോളവിപണിയിൽ വളരെയേറെ ആവശ്യക്കാർ നമ്മുടെ അലങ്കാര മത്സ്യങ്ങൾക്കുണ്ട്.

അവലംബം : *നിങ്ങളുടെ വീട്ടിൽ ഒരു അക്വേറിയം*–
ഡോ. ടി വി അന്നമേഴ്സി

# 10

# ധന്യം ഈ ജൈവ ചൈതന്യം

**ആ**ഫ്രിക്കയിൽ കന്നുകാലികൾക്ക് മേച്ചിൽ സ്ഥലങ്ങളിൽ ഒരു ശത്രുവുണ്ട്- ഹിപ്പോപ്പൊട്ടാമസുകൾ. അവ പുല്ലിന് കന്നുകാലികളോട് മത്സരിക്കും. ഇതില്ലാതാകാൻ ആഫ്രിക്കക്കാർ ഹിപ്പോകളെ കൊന്ന് കാലികൾക്ക് പുല്ല് ലഭ്യമാക്കി.

ഒന്നുരണ്ടു വർഷങ്ങൾ കഴിഞ്ഞപ്പോൾ അവിടെയുള്ള കുട്ടികൾക്ക് ഒരു പ്രത്യേക രോഗം വന്നു. ഇതിനു കാരണം പ്രോട്ടീൻ കുറവായിരുന്നു. അവർ നേരത്തെ ഉപയോഗിച്ചിരുന്ന 'തിലോപ്പിയ' മത്സ്യത്തിന്റെ അഭാവമായിരുന്നു പ്രോട്ടീൻ കുറവിന് കാരണമായത്. തിലോപ്പിയ മത്സ്യം കുറയാൻ കാരണം ജലത്തിലെ സൂക്ഷ്മ ആൽഗകളുടെ കുറവായിരുന്നു. ഇതിനു കാരണമാകട്ടെ, വെള്ളത്തിൽ പോഷകം കുറഞ്ഞു വന്നതും. പോഷകം കുറയാൻ കാരണം ഹിപ്പോപ്പൊട്ടാമസുകൾ ജലത്തിൽ ചാണകം ഇടാത്തതായിരുന്നു. നേരത്തെ ഇവ വെള്ളത്തിലാണ് വിശ്രമിച്ചിരുന്നത്. അപ്പോൾ അവ വെള്ളത്തിൽ ചാണകം ഇട്ടിരുന്നു. ഈ ചാണകം ആൽഗകൾക്ക് ആവശ്യമായിരുന്നു. ഹിപ്പോകൾ ഇല്ലാതായപ്പോൾ ആൽഗകൾക്ക് ചാണകം ഇല്ലാതായി. ജീവിവർഗ്ഗത്തെ ദോഷമായി ബാധിക്കുന്ന ജീവന്റെ കണ്ണിയിലെ വിള്ളൽ ഇതുമൂലം കൂടുതൽ ശക്തമാകുകയും ചെയ്തു.

ഭൂമിയിൽനിന്നും ഒഴിഞ്ഞുപോകുന്ന ഓരോ ജീവികളും ജീവന്റെ കണ്ണിയിൽ ഓരോ വിള്ളലുകൾ ഉണ്ടാക്കുന്നുണ്ട്. മനുഷ്യരടക്കമുള്ളവർ അതിന്റെ ദുരന്തമനുഭവിക്കുകയും ചെയ്യുന്നു. ഇത്തരം ഒരവസ്ഥ ഇനിയും ഇല്ലാതാകാൻ അപൂർവ്വ ജീവിവംശത്തെ എന്തു വിലകൊടുത്തും നിലനിർത്തേണ്ടതുണ്ട്. ഈ ജീവികൾ സസ്യവിളകളേയും സസ്യവിളകൾ

ഇവയേയും പരസ്പരം സംരക്ഷിക്കുന്നതിനാൽ, ഈ ജീവികളുടെ നിലനില്പിന് ലോകമെങ്ങും ശബ്ദമുയർന്നു കഴിഞ്ഞു.

വംശനാശഭീഷണി നേരിടുന്ന ഇത്തരം ജീവികളേയും സസ്യങ്ങളേയുംകുറിച്ചുള്ള വിവരങ്ങൾ സമാഹരിക്കുന്ന ഒരു പുസ്തകമുണ്ട്. *റെഡ് ഡാറ്റാബുക്ക്* എന്ന പേരിൽ പ്രശസ്തമാണിത്. ഈ ബുക്കിൽ നമ്മുടെ രാജ്യത്തെ ചില മൃഗങ്ങളും ഉൾപ്പെടുന്നുണ്ട്. ഇവരുടെ വംശം നിലയ്ക്കുമ്പോൾ അവയ്ക്ക് പ്രകൃതി ഒരുക്കിയ കടപ്പാടിലാണ് വീഴ്ചയുണ്ടാകുന്നത്. അത് മറ്റൊരു സൃഷ്ടിയെ ദോഷമായി ബാധിച്ചേക്കും. കാരണം, പ്രകൃതിയിൽ ഏതൊരു സൃഷ്ടിയും മറ്റൊരു സൃഷ്ടിക്കായാണ് നിലകൊള്ളുന്നത്. ഇതുകൊണ്ടുതന്നെ വംശനാശ ഭീഷണി നേരിടുന്നവയെ പരിരക്ഷിക്കേണ്ടത് മനുഷ്യധർമ്മമാണ്. ഇപ്രകാരം മനുഷ്യധർമ്മം ആവശ്യമായ ചില ഇന്ത്യൻ ജീവികളെ പരിചയപ്പെടാം.

എണ്ണത്തിൽ കുറവാണെങ്കിലും ഗുജറാത്തിലെ ഗീർവനത്തിൽ കണ്ടുവരുന്ന ഒരിനം സിംഹമാണ് ഏഷ്യൻ സിംഹം (ശാസ്ത്രീയ നാമം– Panthera leo persica) ഇവയുടെ ഇഷ്ട ആഹാരം മാനുകളും കാട്ടുപന്നികളുമാണ്. മാനുകളും കാട്ടുപന്നികളും ക്രമാതീതമായാൽ അത് സസ്യലോകത്തിന് വൻ നാശം ചെയ്യും. അതിനാൽ അതില്ലാതാക്കാനുള്ള ജോലിയാണ് ഏഷ്യൻ സിംഹത്തിനുള്ളത്. ഇവയിലെ പെൺസിംഹങ്ങളാണ് ഇരയെ പിടിക്കാറുള്ളത്. രണ്ടു മുതൽ അഞ്ചുവരെയുള്ള പെൺ സിംഹങ്ങളുടെ കൂട്ടവുമായാണ് ഇവയിലെ ആൺസിംഹത്തിന്റെ വാസം.

ഇന്ത്യൻ ഉപദ്വീപിൽ മാത്രം കാണപ്പെടുന്ന ഒരു ജീവിയാണ് മലയണ്ണാൻ (ശാസ്ത്രീയ നാമം– Ratufa indica) ശരാശരി 2 കിലോ വരെ ഭാരവും 16 ഇഞ്ചുവരെ ശരീര നീളവുമുണ്ടാകും. മരങ്ങളിലെ ദ്വാരങ്ങളിൽ കൂടുണ്ടാക്കിയാണ് ഇവ കഴിയുന്നത്. പഴങ്ങൾ, വിത്തുകൾ, പൂക്കൾ, പ്രാണികൾ, മുട്ടകൾ തുടങ്ങിയവ ആഹാരമാക്കുന്ന ഇവ ഉച്ചത്തിൽ ശബ്ദമുണ്ടാക്കാറുണ്ട്.

പശ്ചിമഘട്ട മലനിരകളിൽ കണ്ടുവരുന്ന പോത്തുവർഗ്ഗത്തിലെ വലിപ്പമേറിയ ഒരിനമാണ് ഗോർ(ശാസ്ത്രീയനാമം– Bos gaurus). ഏഴടിയോളം ഉയരം വരുന്ന ഇവയുടെ തൂക്കം 1500 കിലോഗ്രാം വരെ വരും.

ഇന്ത്യയിൽ കണ്ടുവരുന്ന ചെറിയ ഒരിനം കൃഷ്ണ മൃഗമുണ്ട്. ബ്ലാക്ക് ബക്ക് എന്നറിയപ്പെടുന്നു. ഇവയുടെ ശാസ്ത്രീയനാമം Antilope cervicapra എന്നാണ്. ഒന്ന് ഒന്നേകാൽ മീറ്റർ വരെ ഉയരമുള്ള ഇവയുടെ ഭാരം 45 കിലോഗ്രാം വരെ വരും. പുൽമേടുകളിലും കുറ്റിക്കാടുകളിലുമാണ് ഇവയുടെ ജീവിതം. പുല്ലാണ് ഇവയുടെ ഇഷ്ട ഭക്ഷണം.

ഇന്ത്യയുൾപ്പെടെയുള്ള ചില ഏഷ്യൻ രാജ്യങ്ങളിൽ വംശനാശ ഭീഷണി നേരിടുന്നവയാണ് വരയൻ കഴുതപ്പുലി (Hyaena hyaena). ഇരയുടെ എല്ലുപോലും കടിച്ചു പൊട്ടിക്കാൻ കഴിയുന്ന ശക്തിയേറിയ താടി

യെല്ലുകളും ചാരനിറം കലർന്ന തവിട്ടു നിറത്തിലുള്ള ശരീരവും ഇവയുടെ പ്രത്യേകതയാണ്. ചെറിയ കൂട്ടങ്ങളായാണ് ഇവ ഇരതേടുന്നത്. മണിക്കൂറിൽ 65 കിലോ മീറ്റർ വരെ വേഗത്തിൽ ഓടാൻ കഴിവുള്ളവയാണിവ.

ഹിമാലയത്തിലേയും മദ്ധ്യേഷ്യയിലേയും മഞ്ഞുമലകളിൽ കാണപ്പെടുന്ന ഒരു ജീവിയാണ് മഞ്ഞുപുലി (Uncia uncia) നീളം കുറഞ്ഞ മുൻകാലുകളും നീളമേറിയ പിൻകാലുകളും വളരെ നീണ്ട വാലും ഇവയുടെ പ്രത്യേകതകളാണ്. കാല്പാദങ്ങൾക്കിടയിൽ കാണപ്പെടുന്ന കട്ടിയേറിയ രോമാവരണം മഞ്ഞിലൂടെ നടക്കാൻ ഇവയെ സഹായിക്കുന്നു. മിനുസമേറിയ രോമക്കുപ്പായത്തിനുവേണ്ടി മനുഷ്യർ ഇവയെ വേട്ടയാടാറുണ്ട്.

ഇന്ത്യയിലും ശ്രീലങ്കയിലുമാണ് ഇന്ത്യൻ പാംഗോളിൻ (manis crassicaudata) എന്നറിയപ്പെടുന്ന ഉറുമ്പുതീനികളെ കണ്ടുവരുന്നത്. ശരീരത്തിലെ ശല്ക്കങ്ങളും മുൻകാലുകളിലെ നീണ്ട നഖങ്ങളുമാണ് ഇവയുടെ പ്രത്യേകതകൾ. പശയുള്ള നാവുകൊണ്ടാണ് ഇവ ഉറുമ്പുകളെ പിടിച്ചുതിന്നുന്നത്. മണ്ണിനടിയിലെ മാളങ്ങളിലാണ് ഇവ അധിവസിക്കുന്നത്.

ഒന്നരമീറ്ററിലധികം നീളവും 90 കിലോഗ്രാം വരെ ശരീരഭാരവും വരുന്ന മൃഗമാണ് കാട്ടുപന്നി(Susscrofa). ഉയർന്ന ഘ്രാണശക്തിയും കാഴ്ച ശക്തിയും ഈ മൃഗത്തിന്റെ പ്രത്യേകതയാണ്. കാർഷിക വിളകളാണ് ഇവയുടെ പ്രധാന ഭക്ഷണം. വായുടെ ഇരുഭാഗത്തും വളർന്നു നില്ക്കുന്ന നീണ്ട പല്ലുകൾ ഉപയോഗിച്ച് മണ്ണുതുരന്നാണ് ഇവ ഭക്ഷണം കണ്ടെത്തുന്നത്.

പശ്ചിമഘട്ട മലനിരകളിൽ മാത്രമാണ് സിംഹവാലൻ കുരങ്ങ്(Macaca silenus) ഉള്ളത്. ഇവയുടെ മുഖത്തിന് ചുറ്റും സിംഹത്തിന്റേതുപോലെയുള്ള രോമ കവചമുണ്ട്. സിംഹവാലിനോട് സാദൃശ്യമുള്ളതാണ് ഇവയുടെ വാല്. കറുത്ത ദേഹവും രോമങ്ങളില്ലാത്ത മുഖവുമാണ് ഇവയുടെ മറ്റൊരു പ്രത്യേകത. പഴങ്ങളും ഇലകളുമാണ് ഇവയുടെ പ്രധാന ഭക്ഷണം.

ഹിമാലയ പ്രദേശങ്ങളിലും തെക്കുകിഴക്കൻ ഏഷ്യയിലും കണ്ടുവരുന്ന ഒരിനമാണ് മേഘപുള്ളിപ്പുലി (Neofelisnebulosa) ശരീരത്തിൽ മേഘത്തെ പോലെയുള്ള പാറ്റേണുകൾ ഉള്ളതിനാലാണ് ഇവയ്ക്ക് ഈ പേര് കിട്ടിയത്. അതിശയകരമായ മെയ് വഴക്കം ഇവയുടെ പ്രത്യേകതയാണ്. മാനുകൾ, കുരങ്ങുകൾ ഇവയാണ് ഇവയുടെ ഇഷ്ടപ്പെട്ട ഭക്ഷണം. ഒരു മീറ്ററിലധികം നീളവും 20 കിലോഗ്രാം വരെ ഭാരവും ഉള്ളവയാണിവ.

40 സെ.മീ. വരെ നീളവും 11/2 കിലോഗ്രാം വരെ ഭാരവും ഉള്ള ഒരു

ജീവിയാണ് ഫെന്നക്ക് കുറുക്കൻ (Vulpez Zerde). രോമാവൃതമായ വാലും വലിയ ചെവികളും ഇവയുടെ പ്രത്യേകതയാണ്. സഹാറ മരുഭൂമിയിലാണ് ഇവയെ കണ്ടുവരുന്നത്. അതുകൊണ്ടുതന്നെ, ദിവസങ്ങളോളം വെള്ളം കുടിക്കാതെ ജീവിക്കാനും ഇവയ്ക്ക് കഴിവുണ്ട്. പക്ഷികളും എലികളുമാണ് ഇവയുടെ പ്രധാന ഭക്ഷണം.

രാത്രിയിൽ ഇര തേടുന്ന ഒരു ജീവിയാണ് ഇന്ത്യൻ വെരുക് (Viverra Zibetha). പഴങ്ങൾ, വേരുകൾ, ഞണ്ടുകൾ, പക്ഷികൾ ഇവയാണ് ഇവയുടെ ഭക്ഷണം. ഇവ പുറപ്പെടുവിക്കുന്ന ഒരു പ്രത്യേകഗ്രന്ഥിക്ക് ഔഷധഗുണമുണ്ട്. അത് ഇവയുടെ വംശനാശത്തിനും ഇടവരുത്തുന്നു. ഇവയുടെ വാലിലെ നീണ്ട വരകളും ശരീരത്തിലെ പുള്ളികളും കീരികളിൽ നിന്നും ഇവയെ വേർതിരിച്ചറിയാൻ സഹായിക്കുന്നു.

വരയാടുകളെ (Nilgirifragus hylocrius) കേരളത്തിലെ പശ്ചിമഘട്ടത്തിലാണ് കണ്ടുവരുന്നത്. കൂട്ടമായാണ് ഇവ ഇരതേടുന്നത്. പൂർണ്ണമായും സസ്യഭുക്കാണ്. ഒറ്റനോട്ടത്തിൽ നാട്ടാടുകളെപ്പോലെ ഇരിക്കും. കുന്നിൻ ചെരിവുകളും മറ്റും ഇവ അനായാസം കയറിയിറങ്ങും.

ഏഷ്യയിലെ ഏറ്റവും വലിയ കൃഷ്ണ മൃഗമാണ് നിൽഗായ് (Boselaphus fragocamelus). പൂർണ്ണ സസ്യഭുക്കാണിവ. ഒറ്റനോട്ടത്തിൽ കാളയാണെന്ന് തോന്നും. നീല കലർന്ന ചാരനിറം ആൺ ഇനത്തെയും മഞ്ഞകലർന്ന തവിട്ടുനിറം പെൺ വർഗ്ഗത്തെയും സൂചിപ്പിക്കുന്നു.

ഇന്ത്യയിലും സമീപരാജ്യങ്ങളിലും മഴക്കാടുകളിലും പുൽപ്രദേശങ്ങളിലും കണ്ടുവരുന്ന വന്യജീവിയാണ് ബംഗാൾ കടുവ(Panthera tigris tigris). മൂന്നുമീറ്ററിലധികം നീളവും 230 കി.ഗ്രാം വരെ ഭാരവും ഇവയ്ക്കുണ്ട്. കാട്ടുപന്നി, മാൻ ഇവയാണ് പ്രധാന ഭക്ഷണം. കരുത്തുള്ള കാലുകളും മെയ്വഴക്കമുള്ള നട്ടെല്ലുകളും ഇവയുടെ പ്രത്യേകതയാണ്. എന്നാൽ ഇവയ്ക്ക് ഇരയാകുന്നവയെല്ലാം വാർദ്ധകൃത്താലോ, മറ്റോ ആരോഗ്യം ക്ഷയിച്ചവയാണ്. ഇതുകൊണ്ടുതന്നെ ഇവയെ മറ്റുജീവികളുടെ ശത്രുവായി കണക്കാക്കാനാവില്ല. അതേസമയം പ്രകൃതിയിലെ ഏതൊരു സൃഷ്ടിയിലും ചില പ്രത്യേക ധർമ്മങ്ങൾ/ നന്മകൾ പ്രകൃതി ഒരുക്കിയിട്ടുണ്ട്. ഇതാകട്ടെ മറ്റൊരു സൃഷ്ടിക്കായി പ്രയോജനപ്പെടുകയും ചെയ്യുന്നു. പ്രകൃതിയിലെ സൃഷ്ടികളെല്ലാം മിത്രങ്ങളാണെന്ന യാഥാർത്ഥ്യത്തിലേക്കാണ് ഇത് വിരൽ ചൂണ്ടുന്നത്. അതുകൊണ്ടുതന്നെ ഈ മിത്രസസ്യങ്ങളും ജീവികളും അവ കണ്ടുവരുന്ന ആവാസവ്യവസ്ഥയിൽ തന്നെ നിലനില്ക്കേണ്ടതുണ്ട്. അപ്രകാരമല്ലാത്ത ഒരു ആവാസ വ്യവസ്ഥയിൽ ഇവയ്ക്ക് നിലനില്ക്കാനാവില്ല. ഇതിനൊരുദാഹരണമാണ് ഗ്ലൂട്ടാ ട്രാവൻകൂറിക്ക എന്ന ശാസ്ത്രനാമത്തിൽ അറിയപ്പെടുന്ന ചെന്തുരുണി.

ഇത് ഒരു വൻമരമാണ്. കട്ടിത്തോലും ചുവന്നനിറത്തിലുള്ള കറയും

ഈ മരത്തിന്റെ സവിശേഷതയാണ്. ലോകത്ത് കൊല്ലം ജില്ലയിലെ തെന്മല ഭാഗത്തു മാത്രമേ ഈ മരം ഉള്ളൂ.

അനുകൂല ആവാസവ്യവസ്ഥമൂലം ഏറെ ദീർഘായുസ്സോടെ കഴിയുന്ന ഒരു മരമാണ് - പറമ്പിക്കുളത്തെ തേക്കുമരം.

മുനിമാർ ആഹാരത്തിനായി ആശ്രയിച്ചിരുന്ന ഒരു സസ്യമുണ്ട്. ആരോഗ്യത്തിന്റെ പച്ച എന്നാണ് ഇത് അറിയപ്പെടുന്നത്. സൈലന്റ് വാലി, അഗസ്ത്യകൂടം, ആനമല ഇവിടങ്ങളിൽ ഈ സസ്യം കാണപ്പെടുന്നു. മനുഷ്യരുടെ ചില അസുഖങ്ങൾക്കെങ്കിലും പ്രതിവിധി ഈ ആരോഗ്യപ്പച്ച സസ്യമാണ്.

പശ്ചിമ ഘട്ടത്തിലെ ഒരു അപൂർവ്വ സസ്യമാണ് നീരാൽ. സൈലന്റ്‌വാലിയിൽ മാത്രമാണ് ഇപ്പോൾ ഈ സസ്യം കണ്ടുവരുന്നത്. നമ്മുടെ പശ്ചിമഘട്ടം ഇപ്രകാരം ലോകത്ത് മറ്റൊരിടത്തും കാണപ്പെടാത്ത ജൈവവൈവിദ്ധ്യങ്ങളുടെ കലവറയാണ്.

മഹാരാഷ്ട്ര മുതൽ തമിഴ്നാടു വരെ നീണ്ടു കിടക്കുന്ന പശ്ചിമ ഘട്ടത്തിലെ ആകെ ജീവജാതികളിൽ 95% സപുഷ്പീ സസ്യങ്ങളും അത്ര തന്നെ ജീവി വർഗ്ഗങ്ങളും കേരളത്തിലാണ്. അതുകൊണ്ടുതന്നെ, പശ്ചിമ ഘട്ടത്തിന്റെ ഈ പ്രത്യേക ഭാഗത്തെ കേരളത്തിന്റെ ജൈവ ചൈതന്യം തുടിക്കുന്ന മേഖലയായി കണക്കാക്കാം.

## പഴയമയിലെ പെരുമ

കേരളത്തിലെ കുരുമുളക്, ഏലം, ഗ്രാമ്പു, ഇഞ്ചി, മഞ്ഞൾ, ജാതിക്ക തുടങ്ങിയ സുഗന്ധ വ്യഞ്ജനങ്ങൾ ലോകപ്രസിദ്ധമായിരുന്നു. ഇവയുടെ ഗന്ധത്തിലും രുചിയിലും ഗുണത്തിലും ആകർഷിക്കപ്പെട്ട് പുരാതനകാലം മുതൽ വിദേശികൾ വ്യാപാര ബന്ധം പുലർത്തിയിരുന്നു. നമ്മുടെ ഔഷധ സസ്യങ്ങളുടെ സവിശേഷത കടൽ കടന്നപ്പോൾ പല വിദേശ പ്രമുഖരും ആയുർവ്വേദ ചികിത്സതേടി കേരളത്തിലെത്തി.

രാസകൃഷിയുടെ ദുരന്തം ലോകം തിരിച്ചറിഞ്ഞപ്പോൾ കേരളത്തിലെ കർഷകരും പരമ്പരാഗത ജൈവ കൃഷിയിലേക്ക് തിരിച്ചു നടന്നു. വിഷമേല്ക്കാത്ത ഭക്ഷ്യഉല്പന്നങ്ങൾ നാം നമ്മുടെ വളപ്പുകളിൽ തന്നെ കൃഷി ചെയ്തുണ്ടാക്കി. വിഷാംശമില്ലാത്ത ഭക്ഷണം രോഗങ്ങളെ ചെറുക്കുന്നു എന്ന് കണ്ടപ്പോൾ നമ്മുടെ ജൈവ ഉല്പന്നങ്ങൾക്ക് വിദേശത്തുനിന്നു പോലും ആവശ്യക്കാരെത്തി.

ഒരു കാലത്ത് നമ്മുടെ നാട്ടിൽ സുലഭമായിരുന്ന നാടൻ പശുക്കളുടെയും ആടുകളുടെയും കോഴികളുടെയും സവിശേഷതകൾ ഇന്ന് ലോക പ്രശസ്തമാണ്. ആരോഗ്യകരമായ പാൽ, പോഷകസമ്പന്നമായിട്ടുള്ള കോഴിമുട്ട, രുചിദായകമായ മാംസം, അമൂല്യ ഔഷധ ഗുണങ്ങളുള്ള മൂത്രവും ചാണകവും, കോഴിക്കാഷ്ഠവും.

വെച്ചൂർ പശു, ഹൈലാന്റ്, വടകര, കാസർകോട് പശുക്കൾ, മലബാറി, അട്ടപ്പാടി ബ്ലാക്ക് ആടുകൾ, കുട്ടനാട് എരുമ, തലശ്ശേരി കോഴികൾ, തിത്തിരിക്കോഴികൾ, നേക്കഡ്നെക്ക്, കടക്ക്നാഥ്, അസീൽ– കോഴികൾ

നാടൻ കോഴിമുട്ടകളിൽ ആരോഗ്യ സംരക്ഷണത്തിനുതകുന്ന ബീറ്റാകരോട്ടിൻ, ലെസിത്തിൻ, ഒമേഗാഫാറ്റി ആസിഡുകൾ എന്നിവ അടങ്ങിയിട്ടുണ്ട്.

# ഗ്രന്ഥസൂചിക


1. *സസ്യ പരിസ്ഥിതി വിജ്ഞാനം* – കോശി ചെറിയാൻ
2. *സ്ഥലനാമ പഠന പ്രവേശിക* – ജി ത്രിവിക്രമൻ തമ്പി
3. *നാടോടി വിജ്ഞാനീയം* – ഡോ. എം വിഷ്ണു നമ്പൂതിരി
4. *വിള സസ്യശാസ്ത്രം* – ആർ ഗോപിമണി, എൻ എം കോത്താരി
5. *കഥയും പരിസ്ഥിതിയും* – ജി മധുസൂദനൻ
6. *സൈദ്ധാന്തിക സസ്യശാസ്ത്രം* – ആർ സി മക്‌ലീൻ
7. *കാർഷിക വിജ്ഞാന വ്യാപനം* – പി എസ് ഡി നായർ
8. *കേരളത്തിലെ വനങ്ങൾ നൂറ്റാണ്ടുകളിലൂടെ* – സി കെ കരുണാകരൻ
9. *ഉത്തരകേരളത്തിലെ വിശുദ്ധ വനങ്ങൾ* – ഇ ഉണ്ണികൃഷ്ണൻ
10. *സഞ്ചാരികൾ കണ്ട കേരളം* – വേലായുധൻ പണിക്കശ്ശേരി
11. *സസ്യന്റെ മക്കൾ* – കെ പാനൂർ
12. *കാർഷിക ജനിതകം* – ജേംസ് എൻ ബ്രൂബേക്കർ